சே குவேரா

யார்?

க. பார்த்தசாரதி

அனைத்து புரட்சி சிந்தனையாளர்களுக்கும் சமர்ப்பணம்...

பொருளடக்கம்

முன்னுரை

சே குவேரா ஜூன் 14, 1928 அன்று அர்ஜென்டினாவில் உள்ள ரொசாரியோ நகரில் மிகவும் செல்வாக்கு பெற்ற குடும்பத்தில் பிறந்தவர். அவர் "சே" என்ற புரட்சியாளர் ஆவதற்கு முன்பு, "எர்னஸ்டோ" குவேரா என்று அழைக்-கப்பட்டார். எர்னஸ்டோ சே குவேரா மிகவும் அந்தஸ்துள்ள குடும்பத்தில் பிறந்திருந்தாலும், எப்போதும் வாழ்க்கையில் எவரையும் தாழ்வாக எண்ணியதில்லை.

தன்னைச் சுற்றியுள்ள உலகம் மற்றும் அதன் அரசியல், சமூக அமைப்புகளைப் பற்றி ஆர்வமாக இருந்த அவர், 14 வயதிற்குள், மார்க்ஸ், ஏங்கெல்ஸ் மற்றும் சிக்மண்ட் பிராய்ட் ஆகியோரின் சிந்தனைகளை மனதில் கொண்டு சுற்றியுள்ள சமூக அமைப்பைப் புரிந்துக்கொள்வதில் மிகவும் ஆர்வம் காட்டினார். இந்த ஆர்வம் சமூகத்தின் தீமைகளைப் புரிந்-துகொள்வது மட்டுமல்லாமல் சமூக அவலங்களைத் தாமே போக்கக்கூடிய வழிகளைக் கண்டறியவும் அவரை தூண்டி-யது.

1951 ஆம் ஆண்டில், அவர் 22 வயதான மருத்துவ மாணவராக இருந்தபோது, சே ஒரு வருடம் விடுமுறை எடுத்துக்கொண்டு தென் அமெரிக்கா கண்டம் முழுவதும் 5000 மைல் தூரம் தனது மோட்டார் சைக்கிளில் பயணம் செய்து மிகவும் பின்தங்கிய, ஏழ்மையான சில பகுதிகளைப் பார்வையிட்டார்.

சான் பாப்லோ நகரில் உள்ள தொழுநோயாளிகளின் காலனிக்கு வந்தது அவரது இந்த பயணத்தின் மிகவும் குறிப்பிடத்தக்க தருணங்களில் ஒன்றாகும். இந்த தொழு-நோயாளிகளின் காலனி, செல்வாக்கு பெற்ற பெருவியன் சமூகத்திலிருந்து ஒதுக்கிவைக்கப்பட்ட ஒன்றாக இருந்ததை அவர் கவனித்தார்.

இந்த புறக்கணிக்கப்பட்டவர்களைப் பற்றி விசாரணை செய்தபின், சே அவர்களின் "மனித ஒற்றுமை", "தனிமை-யான வாழ்க்கை" பற்றி அறிந்தும், மேலும் இந்த பெரிய சமூகத்தின் மனிதாபிமானமற்ற தன்மையின் விளைவாக இந்த நோய்வாய்ப்பட்ட மனிதர்களிடமிருந்து வெளிப்பட்ட மனிதநேயத்தையும் பார்த்து அவர் ஆச்சரியப்பட்டார். மேலும் இந்த மனிதர்கள் நடத்தப்பட்ட விதம் அவருக்கு வெறுப்பை ஏற்படுத்துவதாக இருந்தது.

தொழுநோயாளிகள் காலனிக்கு சே சென்றது, அவரது வாழ்க்கையில் புரட்சியின் மீதான ஆர்வத்தைத் தூண்டிய முக்கிய நிகழ்வாக இருந்தது. சே இறுதியில் மருத்துவப் பயிற்சியை முடித்தாலும், மருத்துவமனையில் மட்டுமே வேலை செய்து நோய்வாய்ப்பட்டவர்களுக்கு சிகிச்சையளிப்-பதில் திருப்தி அடையவில்லை. ஏனென்றால் சே குவேரா குணப்படுத்த முயன்றது தனிப்பட்ட மனித உடலின் நோய் அல்ல; சமூகத்தின் நோய்களைக் குணப்படுத்துவதே அவரது முக்கிய எண்ணமாக இருந்தது.

ஒவ்வொரு அநீதிக்கு எதிராகவும் நீங்கள் பொங்குகிறீர்களா..
அப்படியானால் நீங்கள்தான் நான் - சே

1

புரட்சிகர பயணம்

ஜீன் 1953 இல் ப்யூனஸ் அயர்ஸ் பல்கலைக்கழகத்தில் பட்டம் பெற்ற பிறகு, சே குவேரா மற்றொரு சுற்றுலா பயணத்தை மேற்கொண்டார், அது அவரை மீண்டும் பெருவிற்கு அழைத்துச் சென்றது, பின்னர் எல் சால்வடார் சென்றார், இறுதியாக 1954 இன் தொடக்கத்தில் குவாத்த-மாலாவில் குடியேறினார். சே வந்தபோது சமீபத்தில் குவாத்தமாலாவின் ஜனாதிபதியாக தேர்ந்தெடுக்கப்பட்டிருந்த ஜேகோபோ அர்பென்ஸ் (அந்த நாட்டின் இரண்டாவது ஜனநாயக முறையில் தேர்ந்தெடுக்கப்பட்ட ஜனா-திபதி) ஒரு லட்சிய நில சீர்திருத்த முயற்சியை மேற்கொண்டிருந்தார்.

பணக்கார உயரடுக்கிலிருந்து ஏழைகளுக்கு நிலத்தை மறுபங்கீடு செய்வதன் மூலம், பாரம்பரிய நில அமைப்பை முடிவுக்கு கொண்டு வர நினைத்தார். அந்நாட்டில் இருந்த மிகப்பெரிய நிறுவனமான "United Fruit Company" இன் மாபெரும் நிலங்கள் உட்பட அனைத்து நிலங்-களையும் இத்திட்டத்தின் மூலம் மறுபங்கீடு செய்ய நினைத்தார். இது கடைசியில் அமெரிக்காவின் கோபத்தைக் கொண்டுவரும் எனவும் அவர் அறிந்திருந்தார். யுனைடெட் ஃப்ரூட் கம்பெனியின் ஆதரவு பெற்றவர்-கள் இதனை, ஒரு "கம்யூனிசக் கையகப்படுத்தல்" என விமர்சித்தனர்.

அந்த நேரத்தில் எந்த கம்யூனிச உணர்வும் வெளிப்படையாக இல்-லாவிட்டாலும், பனிப்போர் சகாப்தத்தின் பயமுறுத்தும் கம்யூனிச-எதிர்ப்பு அரசியல் ஜேகோபோ அர்பென்ஸ்ஸின் அரசாங்கத்தை எதிர்ப்பதற்கு ஒரு பொருளாக அமைந்தது. அமெரிக்காவின் பென்டகனில் இருந்து எத்தனை எச்சரிக்கை மணிகள் அடித்தாலும், ஏழைகளையும் போராடும்

மக்களையும் உயர்த்த நினைத்து அதிபர் அர்பென்ஸ் எடுத்துவரும் முயற்சிகள், சமூக உணர்வுள்ள சே குவேராவின் காதுகளுக்கு இசையாக இருந்தது. விரைவில் அவர் குவாத்தமாலாவை தனது புதிய இருப்பிடம் என்று அழைப்பதில் மகிழ்ச்சி அடைந்தார். மேலும் குவாத்தமாலா நகரில் குடியேறுவதை நினைத்து மகிழ்ச்சியும் கொண்டார்.

புதிய இடத்தில் குடியேறிய சே விரைவில் தனது இலட்சிய பார்வை-யைப் பகிர்ந்து கொள்ள ஒரு துணையைக் கண்டுபிடித்தார், பின்னா-ளில் அவரே சே-வின் முதல் மனைவியாகவும் ஆனார். அவர் பெயர் ஹில்டா காடியா அகோஸ்டா. ஹில்டா 1948 ஆம் ஆண்டில் தனது கம்யூனிஸ நடவடிக்கைக்காக தனது சொந்த நாடான பெருவிலிருந்து வெளியேற்றப்பட்டு, அந்த நேரத்தில் நாடுகடத்தப்பட்டு வாழ்ந்து வந்தார்.

நாடுகடத்தப்பட்டாலும் அது அவரது அரசியல் செயல்பாடுகளை நிறுத்தவில்லை, சே முதன்முதலில் ஹில்டாவைச் சந்தித்தபோது அவர் இடதுசாரி குழுவான அமெரிக்கன் பாப்புலர் ரெவல்யூஷனரி அலை-யன்ஸ் அமைப்பதில் மும்முரமாக இருந்தார். ஹில்டா மூலமாகத்தான் பின்னர் வளைகுடாவின் மறுபக்கத்தில் இருந்து வந்த மற்றொரு இளம் புரட்சியாளரான பிடல் காஸ்ட்ரோவுடன் சே தனது முதல் தொடர்பைப் பெற்றார். ஃபிடல் காஸ்ட்ரோவுடனான தனது அறிமுகத்தை சே குவேரா பின்னர் இவ்வாறு விவரித்தார், "கியூபா புரட்சியாளர் பிடல் காஸ்ட்-ரோவை நான் சந்தித்தது ஒரு அரசியல் நிகழ்வு. அவர் ஒரு இளம் புத்திசாலி, தன் மீது மிகவும் உறுதியான நம்பிக்கை கொண்டவர் மற்றும் அசாதாரணமான துணிச்சலானவர்; நாங்கள் கட்டாயம் வெல்வோம் என நினைக்கிறேன்."

குவாத்தமாலாவில் நாடுகடத்தப்பட்ட புரட்சியாளர்களின் இந்த போராட்டத்தில் தான் சே குவேரா இறுதியாக தன்னை உணர்ந்தார், மேலும் அவரது மனநிலையையும் உலகக் கண்ணோட்டத்தையும் அதற்கு ஏற்றவாறு வடிவமைக்கவும் செம்மைப்படுத்தவும் தொடங்கினார். அமெ-ரிக்காவின் குறுக்கீடுகள் மற்றும் சிக்கல்களுக்கு அவர் ஒரு உறுதியான எதிர்ப்பை வளர்த்த இடமும் இதுதான்.

குவாத்தமாலா ஜனாதிபதிக்கு எதிராக அமெரிக்க சிஐஏ தலைமை-யிலான ஆட்சிக்கவிழ்ப்பு முயற்சிகள் நடைபெற்று வந்தன., இறுதியில் அவர் ராஜினாமா செய்ய வேண்டிய கட்டாயமும் ஏற்பட்டது. சிஐஏவின் முயற்சிகளுக்குப் பின்னால் உள்ள காரணம் சிக்கலானது மற்றும் பன்-

முகத்தன்மை கொண்டது. அர்பென்ஸின் ஆட்சியில் ஏற்கனவே நடை-பெற்ற கம்யூனிஸ கருத்துகள் கொண்ட போராட்டம் பற்றிய பயத்தால் இது நடந்ததாக பலர் கூறுகின்றனர், மற்றவர்கள் வேறு இடங்களில் தங்-கள் விரல்களை சுட்டிக்காட்டியுள்ளனர். ஆனால் அதன் பின்னணியில் உள்ள காரணங்களைப் பொருட்படுத்தாமல், சேவின் கண்ணோட்டத்தில், அவர் பார்த்தது ஒரு ஆதிக்க, ஏகாதிபத்திய சக்தி, தனது சொந்த நலனுக்காக லத்தீன் அமெரிக்க ஜனநாயகத்தை அழிக்க முற்படுவதை மட்டுமே.

அமெரிக்காவின் தலையீடு காரணமாக, சாதாரண குடிமகனின் வாழ்வில் பெரும் முன்னேற்றம் ஏற்படும் என்று அவர் கருதிய அனைத்து சீர்திருத்தங்களும் புகை மூட்டமாகப் போவதை அவர் கண்-டார், ஏனெனில் அமெரிக்க ஆதிக்க சக்திகள் தங்கள் கொள்கையை விரும்பவில்லை மற்றும் அதில் தலையிட்டு முறியடிக்கவும் விரும்பினர் என்பதை உணர்ந்தார்.

ஜனாதிபதி அர்பென்ஸ் தப்பி ஓடிய போதும், அவரது அரசாங்கம் சரிந்தாலும், குவாத்தமாலாவின் விவகாரங்களை சே கைவிடத் தயாராக இல்லை, போராட்டகாரர்களில் ஒருவராக சேர்ந்து, அவர் தொடர்ந்து போராடுவதாக உறுதியளித்தார். ஆனால் போராட்டங்களில் பங்கெடுத்-தவர்கள் கைது செய்யப்பட்டனர், மேலும் அவரது வருங்கால மனைவி ஹில்டாவும் கைது செய்யப்பட்டார்.

சே, தன்னைக் கைது செய்து விடுவார்கள் என்பதை யூகித்து, அர்-ஜென்டினா தூதரகத்திற்குள் தஞ்சம் அடைந்தார், அவர் செப்டம்பர் 21, 1954 இல் மெக்சிகோவிற்கு பாதுகாப்பாக செல்லும் வரை தூதரக கட்-டிடத்திற்குள் தங்கினார். பின்னர் அவரது மனைவியும் விடுவிக்கப்பட்ட-வுடன் அவரைப் பின்தொடர்ந்தார்.

ஏகாதிபத்தியத்திற்கு எதிரான எதிர்ப்பின் கலங்கரை விளக்கமாக சேவின் மனதில் மெக்சிகோ பெரிதாகத் தெரிந்தது, மெக்சிகோ அமெ-ரிக்காவின் எல்லையில் இருந்ததால், சே குவேரா உணர்ந்தது போல், முதலாளித்துவ ஆதிக்கத்திற்கு எதிரான அவரது போரில் முன்னணியில் இருப்பதாக உணர்ந்தார். மெக்சிகோவில் அவர் தங்கியிருந்த போது தான், குவாத்தமாலா ஆட்சிக்கவிழ்ப்புக்கு எதிர்ப்புத் தெரிவித்ததற்காக சிறையில் இருந்து விடுவிக்கப்பட்ட ஃபிடல் காஸ்ட்ரோவின் சகோதரர் ராலை சே குவேரா சந்தித்தார், இறுதியில் சே மற்றும் பிடலுக்கு

இடையே ஒரு தனிப்பட்ட அறிமுகத்தை ஏற்பாடு செய்தவர் ரவுல் காஸ்ட்ரோ தான்.

மெக்சிகோ நகரம் புரட்சியின் மனங்கள் சந்தித்த இடமாக என்றென்றும் நிலைத்திருக்கும்.

நாம் ஒன்றுக்காக சாகத் தயாராக இருந்தால்தான் அதற்காக வாழ முடியும்.

காரியத்திற்கு உதவாத எந்த வார்த்தையும் முக்கியத்துவம் இல்லாதது.

2

பிடல் காஸ்ட்ரோ நட்பு

ஃபிடல் காஸ்ட்ரோவுடனான அவரது முதல் சந்திப்பிற்குப் பிறகு, சே குவேரா அவரால் பெரிதும் ஈர்க்கப்பட்டார். அவர் ஃபிடலை ஒரு புத்தி-சாலித்தனமான தலைவராகக் கருதினார் மற்றும் அவரது முழு துணிச்-சலால் ஈர்க்கப்பட்டார்; "ஏகாதிபத்திய எதிர்ப்பு" புரட்சியின் அடுத்த நோக்கமாக மெக்சிகோவிலிருந்து வளைகுடாவிற்கு அப்பால் உள்ள கியூபாவை ஃபிடல் சுட்டிக்காட்டியபோது, சே குவேரா மகிழ்ச்சியுடன் ஒப்புக்கொண்டார்.

கியூபாவின் முன்னாள் ஜனாதிபதியாக இருந்த ஃபுல்ஜென்சியோ பாடிஸ்டா, 1952 ஆம் ஆண்டு தன்னை ஒரு சர்வாதிகாரியாக காட்டிக் கொண்டார், மேலும் அன்றிலிருந்து கியூபாவின் பேச்சு சுதந்திரம், பத்தி-ரிகை மற்றும் பிற சிவில் உரிமைகள் அனைத்தையும் இல்லாதொழித்து, கியூபாவை இரும்புக்கரம் கொண்டு ஆட்சி செய்து வந்தார். அதே நேரத்தில், பாடிஸ்டா தீவில் பணக்கார கரும்பு தோட்டங்களை நடத்தி வந்த பணக்கார நில உரிமையாளர்களுடன் இணைந்து கொண்டு, கியூ-பாவின் சாதாரண ஏழை குடிமக்களுக்கு பெரும் அதிருப்தியை ஏற்படுத்-தினார்.

பாடிஸ்டா தனது சொந்த மக்களிடம் கடுமையுடன் இருந்ததோடு, பாடிஸ்டா ஒரு தீவிர கம்யூனிஸ்ட் எதிர்ப்பாளராக இருந்தார், மேலும் அவரது கம்யூனிச எதிர்ப்பு முயற்சிகளுக்காக, அவர் அமெரிக்காவின்

கூட்டாளியாக கருதப்பட்டார், இது அவரது ஆட்சிக்கு தாராளமாக இராணுவ மற்றும் நிதி உதவியை அனுப்பியது. இதனால், சே குவேரா போன்ற ஒரு இளம் ஸ்தாபன எதிர்ப்புப் புரட்சியாளர் அவரை வீழ்த்த விரும்புவதற்கு இன்னும் அதிகமான காரணத்தைக் கொடுத்தது.

சே ஆரம்பத்தில் ஒரு போராளியாக செல்லவில்லை. மாறாக, அவர் தனது மருத்துவ நிபுணத்துவத்தைப் பயன்படுத்த நினைத்தார்; அவர் முதலில் கியூபா மீதான திட்டமிட்ட படையெடுப்பில் ஒரு போர் மருத்-துவராகவே சேர்ந்தார். டாக்டராக பணியாற்ற வேண்டும் என்ற எண்-ணம் இருந்தபோதிலும், அவர் எல்லோரையும் போலவே அதே இராணு-வப் பயிற்சியைப் பெற்றார், மலைகள், ஆறுகள் மற்றும் காடுகள் என்று பாராமல் நீண்ட அணிவகுப்புகளில் கடுமையாக பங்கேற்று, கொரில்லாப் போரில் எவ்வாறு ஈடுபடுவது என்பதைக் கற்றுக்கொண்டார். மேலும் சே குவேரா ஆரம்பத்தில் இருந்தே இதில் சிறந்து விளங்கினார், அதனால் அவரது பயிற்றுவிப்பாளர் அவரை "அனைவரைக்காட்டிலும் சிறந்த கொரில்லா" என்று குறிப்பிட்டார்.

அவரது பயிற்சி முடிந்ததும் சிறு கால இடைவெளி எடுத்துக்-கொண்டு, சே தனது கர்ப்பமாக இருந்த காதலி ஹில்டா காடியாவை திருமணம் செய்துக் கொண்டார். தனது குடும்ப விவகாரங்களை சரி-செய்த பிறகு, சே குவேரா மீண்டும் புரட்சியின் பாதையில் திரும்பினார்.

ஃபிடல் காஸ்ட்ரோவினால் வாங்கப்பட்ட இந்த பழைய கேபின் க்ரூ-ஸர், "கிரான்மா" என்ற படகு கியூபாவுக்குள் முதல் புரட்சிகர படையெ-டுப்பு படையை கொண்டு செல்வதற்கான கப்பலாக அமைந்தது.

புரட்சியாளர்கள் நவம்பர் 25, 1956 அன்று 82 பேர் கொண்ட குழு-வினருடன் பயணம் செய்தனர். அவர்கள் கியூபா கடற்கரையை அடை-வதற்கு ஒரு வாரகாலம் ஆகும்.

திடிரென பயணத்தின் போது ஏற்பட்ட கடல் கொந்தளிப்பில் சிக்கி அவர்கள் தங்கள் உடைமைகளை இழந்து, சரியான பாதையை விட்டு விலகி ஒரு பாழடைந்த சதுப்பு நிலத்தில் வெளியேறினர். ஏறக்குறைய அவர்கள் தரையிறங்கியவுடன், பாடிஸ்டாவின் படைகளால் அவர்கள் தடுத்து நிறுத்தப்பட்டனர், மேலும் கடுமையான துப்பாக்கிச் சூட்டிற்கு ஆளானார்கள். மரணமழையாக பொழிந்து கொண்டிருந்த தோட்டாக்க-ளிலிருந்து தப்பிக்க அவர்கள் கரும்பு வயலை நோக்கி ஓடி, தஞ்சம் அடைந்தனர்.

அதன் பின், சே மீண்டும் பிடலுடன் இணைந்தார். தாக்குதலில் இருந்து தப்பியவர்கள் யார் என்று இருவரும் ஆய்வு செய்தபோது, தரையிறங்கிய அசல் 82 பேரில் 17 பேரை மட்டுமே கண்டு அவர்கள் அதிர்ச்சியடைந்தனர். வேறு எங்கும் செல்ல முடியாத நிலையில், தப்-பிப்பிழைத்தவர்கள் சியரா மேஸ்ட்ரோ என்ற மலைத்தொடரில் மறைந்து கொண்டனர். மேலும் தப்பிக்கும் அவசரத்தில், சே தனது மருத்துவப் பொருட்கள் அடங்கிய பெட்டியை கைவிட்டுவிட்டார். மீண்டும் அதனை மீட்டெடுக்க அவர் சென்றபோது, எதிரிகள் சூழ்ந்த நிலையில், சே தயங்-கினார். ஆனால் யாரும் எதிர்பாராதபோது அவரது முதலுதவி பெட்-டியை எடுப்பதற்கு பதிலாக எதிரியின் வெடிமருந்து பெட்டியை பறித்தார். சே குவேரா ஒரு ஊகப் புரட்சியாளனாக இருந்து செயலில் ஈடுபடும் முழு புரட்சியாளராக மாறிய தருணமாக இந்த ஒரு செயல் பார்க்கப்-படுகிறது.

பின்னர் சியரா மேஸ்ட்ரோ மலைகளின் மறைவில் தங்கி, உள்ளூர் விவசாய மக்களுடன் தொடர்பு கொண்டு, அவர்களது நோக்கத்தில் சேர அவர்களை சமாதானப்படுத்த முயன்றனர். காஸ்ட்ரோ மற்றும் சே இரு-வரும் தங்கள் இயக்கத்தின் உணர்ச்சிப்பூர்வமான பிரகாசமான வார்த்-தைகளில் பேசினார்கள், அவர்கள் அவர்களுக்காக போராடுகிறார்கள் என்று உள்ளூர் மக்களை நம்ப வைக்க முயன்றனர்.

முதலில், உள்ளூர்வாசிகள் இவர்களை மிகுந்த சந்தேகத்துடனும், பயத்துடனும் பார்த்தார்கள், மேலும் அவர்களை தங்கள் விவகாரங்களில் தலையிடுபவர்களாகக் கண்டனர். ஆனால் பிரச்சாரத்தின் போது ஃபிட-லின் முகவராக பணியாற்றிய உள்ளூர் புரட்சியாளரான ஃபிராங்க் பைஸ் தலைமையிலான நகர்ப்புற கொரில்லா நெட்வொர்க்கின் உதவியுடன், உள்ளூர்வாசிகளின் ஆதரவு அதிகரிக்கத் தொடங்கியது.

புதிய கிளர்ச்சிப் படையுடன், புரட்சியாளர்கள் ஜனவரி 22, 1957 அன்று ரோந்துப் பணியில் ஈடுபட்டிருந்த அரசாங்கப் படையினரின் மீது பதுங்கியிருந்து தாக்குதல் நடத்தினர். இந்த மோதலில்தான் சே குவேரா முதன்முறையாக தன் கைகளால் ஒருவரை கொன்றார்.

பின்னர் அரசாங்கப் படைகளுடனான போர் தணிந்த உடனேயே, அவர்களது சொந்த ஆட்களில் ஒருவர் தேசத்துரோக குற்றவாளி என கண்டறிந்து, பிடல் காஸ்ட்ரோ அவரை அந்த இடத்திலேயே கொல்ல வேண்டும் என்று கோரினார். இந்த பணியும் பின்னர் சே குவேராவுக்கு

வழங்கப்பட்டது. மரண தண்டனை விதிக்கப்பட்ட நபரிடம் சே அமை-தியாக நடந்து சென்று, சிறிது பேச்சுக் கொடுத்து, அந்த மனிதனின் தலையில் துப்பாக்கியை வைத்து சுட்டுக் கொன்றார்.

சே அந்த சம்பவத்தைப் பற்றி பின்வருமாறு எழுதினார், அவர் இதை ஒரு சரியான செயல் என உணர்ந்ததாகக் குறிப்பிட்டு, மேலும் இது ஒரு அதிர்ச்சியூட்டும் அனுபவம் அல்ல, "போர் கடுமையானது, தேசத்துரோக சந்தேகத்தை கூட பொறுத்துக்கொள்ள கூடாது என்பதை உணர்ந்ததாக-வும் எழுதினார்."

சே மற்றும் ஃபிடல் தங்கள் அணிகளை மேம்படுத்துவதில் மும்மு-ரமாக இருந்தபோது, கியூபாவில் என்ன நடக்கிறது என்பதை உலகம் அறியத் தொடங்கியது.

ஹெர்பர்ட் மேத்யூஸ் என்ற பத்திரிகை ஆசிரியர் காஸ்ட்ரோவுடன் ஒரு நேர்காணல் பேட்டி எடுத்து, அதனை உலகம் பார்க்க நியூயார்க் டைம்ஸில் தோன்றச் செய்தார். காஸ்ட்ரோ இதை ஒரு சிறந்த பிரச்சாரக் கருவியாகப் பயன்படுத்தினார் என்று பலர் உரைத்தனர். ஏனென்றால், காஸ்ட்ரோவின் படையெடுப்பை ஒரு முழுமையான தோல்வி என்று பலர் ஏற்கனவே எழுதியிருந்தாலும், செய்தி ஊடகங்கள் மூலம் ஃபிடல் அவர்களின் நிலையைப் பற்றிய பொதுக் கருத்தை மாற்றினார்.

ஹெர்பர்ட் மேத்யூஸ் நேர்காணல் செய்ய வந்தபோது, ஃபிடல் அவரது போராளிகளை "கூர்மையாக" பார்க்கச் சொன்னதை சே பின் ஒருநாள் நினைவு கூர்ந்தார். காஸ்ட்ரோவின் போராளிகள் நன்கு பயிற்சி பெற்ற வீரர்கள் என்ற தெளிவான எண்ணத்துடன் மேத்யூஸ் பேட்டியை முடித்-துக் கொண்டார்.

இந்த பேட்டியின் ஒளிபரப்பு விளைவாக காஸ்ட்ரோ இன்னும் உயி-ருடன் இருப்பதை பாடிஸ்டா கண்டுபிடித்தார்; இந்தச் செய்தியைக் கேட்ட உடனேயே, கிளர்ச்சியாளர்களை வேரறுக்க முயற்சித்து மலைக-ளுக்குள் தன் இராணுவத்தை அனுப்பினான். ஆனால் கிளர்ச்சி இயக்-கத்தின் தலைவரான ஃபிடல் காஸ்ட்ரோ பாதுகாப்பாக வெளியேறினார். மறுபுறம், சே குவேரா, போர்க்களத்தில் தனது அச்சமற்ற துணிச்சலுடன் முன்னோக்கி சென்றார். இந்த நடவடிக்கைகள், ஃபிடல் காஸ்ட்ரோவை ஆச்சிரியப்படுத்தியதுடன், சே குவேராவை "கமாண்டன்ட்" பதவிக்கு உயர்த்தி, அவரை புரட்சிகர இராணுவத்தின் இரண்டாவது தளபதியாக அறிவித்தார், இந்த பதவி உயர்வால் சே முற்றிலும் மகிழ்ச்சி அடைந்-

ததுடன், நான் "உலகின் பெருமைமிக்க மனிதர்" என்று தனது நாட்கு-
றிப்பில் எழுதினார்.

எங்கெல்லாம் எதிரிகள் உள்ளனரோ அங்கெல்லாம் நமது போரை எடுத்துச் செல்வோம். ஒரு முழுமையான போராக அது இருக்கட்டும். எங்கெல்லாம் நமது எதிரி இருக்கிறானோ அங்கெல்லாம் தாக்குங்கள். அவன் ஒரு நொடி கூட அமைதியாக இருக்கக் கூடாது.

3

கியூப வெற்றி

1958 பிப்ரவரியில், சே குவேரா தனது எஞ்சிய அறிவையும், அதி-காரத்தையும் ஒருங்கிணைத்து, தனது சொந்த வானொலி நிலையத்தை அமைத்தார். இதன் மூலம் புரட்சிகர தகவல்களை மக்களிடம் கொண்டு சேர்த்தார். அவர் இதனை "ரேடியோ ரெபீட்" (கிளர்ச்சி வானொலி) என்று அழைத்தார். இந்த வானொலி நிலையம் உள்ளூர் கியூபர்களுக்கு ஒரு நிலையான பிரச்சாரம் மற்றும் செய்திகளை வழங்கியது மட்டுமல்-லாமல், புரட்சி இராணுவ பிரிவுகளுக்கு இடையேயான முக்கிய தகவல் தொடர்பு நிலையமாகவும் செயல்பட்டது.

ஜூலை 1958 ல் "லாஸ் மெர்சிடிஸ் போர்" தாக்குதலில், சே, பாடிஸ்டாவின் 1500 துருப்புக்களைத் தடுத்து நிறுத்தியதுடன், பிடல் காஸ்ட்ரோவின் இராணுவத்தை நெருங்குவதை தடுத்தார். இது பெரும்-பாலான புரட்சியாளர்களை தப்பித்து மீண்டும் ஒருங்கிணைக்க ஏதுவாக அமைந்தது.

சே குவேரா பின்னர் டிசம்பர் 27, 1958 அன்று சாண்டா கிளா-ராவுக்கு எதிரான தாக்குதலில், பாடிஸ்டாவின் படை எண்ணிக்கையில் பத்துக்கு ஒன்று என்ற அளவிலான படைகளை மட்டுமே கொண்டு எதிர்கொண்டார். பாடிஸ்டாவின் படைகளின் எண்ணிக்கையில் மேன்மை இருந்தபோதிலும், சேவின் போர்வீரர்களின் கடுமையான மூர்க்கத்தனம் பாடிஸ்டாவின் இராணுவத்தை மூழ்கடிக்க முடிந்தது, மேலும் சில நாட்க-ளுக்குப் பிறகு அவர்கள் சரணடைந்தனர், இறுதியில் பாடிஸ்டா டிசம்பர் 31, 1958 அன்று நாட்டை விட்டு வெளியேறினார். அதைத் தொடர்ந்து

சாண்டா கிளாரா புரட்சியாளர்களிடம் வீழ்ந்ததாக ரேடியோவில் ஒளிபரப்பப்பட்டது.

ஜனவரி 2, 1959 அன்று, கியூபாவின் தலைநகரான ஹவானாவில் வெற்றி கொண்டாட்டங்கள் நடைபெற்று கொண்டு இருக்கையில் சே தனது கிளர்ச்சிப் படைகளுடன் நகருக்குள் நுழைந்தார். சில நாட்களுக்குப் பிறகு, சேவின் மனைவி ஹில்டா தனது நீண்ட காலமாக பிரிந்திருந்த கணவருடன் மீண்டும் இணைவதற்காக ஹவானாவிற்கு பறந்தார். ஆனால் ஹில்டாவிற்கு ஒரு அதிர்ச்சி காத்திருந்தது, சே குவேரா தன் புரட்சி படைகளில் இருந்த அலீடா மார்ச் என்ற பெண்ணை விரும்புவதாக கூறினார். ஹில்டா, வியக்கத்தக்க வகையில் இதை ஏற்றுக்கொண்டது மட்டுமல்லாமல் விவாகரத்துக்கும் ஒப்புக்கொண்டார், இது மே 22, 1959 ல் நடந்தது.

ஹில்டாவிடமிருந்து பிரிந்து செல்வதற்கு சற்று முன்பு, மே 17, 1959 அன்று சே குவேரா கியூபாவில் ஆட்சிக்கு வந்த பின் ஒரு மிக முக்கியமான செய்தியை வெளியிட்டார். அது என்னவென்றால் "விவசாய சீர்திருத்தச் சட்டம்" என்று அழைக்கப்படும் சட்டத்தினை அறிமுகப்படுத்தி, இச்சட்டத்தின் மூலம் ஒருவர் வைத்திருக்கும் விவசாய பண்ணைகளின் அளவு 1000 ஏக்கருக்கு மேல் இருக்கக்கூடாது என அறிவித்தார். இதன் பொருள், 1000 ஏக்கருக்கு மேல் நிலத்தை வைத்திருக்கும் பணக்கார நில உரிமையாளர்கள் அனைவரின் சொத்துகளும் உடனடியாக அரசாங்கத்தால் பறிமுதல் செய்யப்பட்டு ஏழை குடியிருப்பாளர்களுக்கு மறுபகிர்வு செய்யப்படும் என்பதாகும்.

இந்த சட்டம், சில மாதங்களுக்கு முன்பு ஃபிடல் காஸ்ட்ரோ வெளியிட்ட அறிக்கைக்கு முற்றிலும் முரண்பாடாக இருந்தது, "நாங்கள் யாரிடமிருந்தும் எந்த நிலத்தையும் கைப்பற்ற மாட்டோம்" என்றும் மேலும் அவர்கள் அமைக்க போகும் அரசாங்கம் பற்றி கூறும் போது "இது கம்யூனிசம் அல்ல." என்றும் அவர் அறிவித்திருந்தார்.

விவசாயச் சீர்திருத்தச் சட்டத்தின் மற்றொரு முக்கிய அம்சம், வெளிநாட்டவர்கள் கரும்புத் தோட்டங்களை வைத்திருப்பதைத் தடை செய்யும் ஒரு ஆணையாகவும் இருந்தது. இது வெளி சக்திகளின் "ஏகாதிபத்திய லட்சியங்கள்" என்று சே கருதியதை முடிவுக்குக் கொண்டுவருவதற்கான நேரடி முயற்சியாகவும் பார்க்கப்பட்டது.

சுவாரஸ்யமாக, ஜூன் 12, 1959 இல், கரும்புத் தோட்டங்களில் வெளிநாட்டு செல்வாக்கைத் தடை செய்த பிறகு, சே மூன்று மாதம் கியூபாவிலிருந்து தொலைவில் இருக்கும் நாடுகளுக்குச் சென்றார். சே குவேரா ஜப்பான், சூடான், எகிப்து, சிரியா, பாகிஸ்தான், இந்தியா, இலங்கை, தாய்லாந்து, இந்தோனேசியா, கிரீஸ், பர்மா, யூகோஸ்லாவியா மற்றும் ஹாங்காங் மற்றும் சிங்கப்பூர் ஆகிய நகரங்களுக்குப் பெரும் சுற்றுப்பயணம் மேற்கொண்டார். இருப்பினும், சோவியத் யூனியனுக்கு சென்றதுதான் மிக முக்கியமானதாக இருந்தது. சோவியத் ரஷ்யாவில் அவர் தங்கியிருந்த போதுதான் சே குவேரா அமெரிக்காவை எதிர்த்து பின்னுக்கு தள்ளும் சக்தியைக் கண்டுபிடிக்கத் தொடங்கினார்.

சே சோவியத் யூனியனில் இருந்து கியூபாவிற்கு பழைய ராணுவ டாங்கிகள் மற்றும் ஜெட் போர் விமானங்களை அனுப்புவதில் தொடங்கி, பிடல் காஸ்ட்ரோவை சோவியத் ஆயுதங்களில் முதலீடு செய்யவும், கியூபாவின் கரும்பை எரிபொருளுக்கு ஈடாக முதலீடு செய்ய சோவியத் யூனியனிடம் பேரமும் பேசினார்.

அவரது சுறாவளி சுற்றுப்பயணத்தின் முடிவில், சே 1959 செப்டம்-பரில் கியூபாவுக்குத் திரும்பினார், பிடல் காஸ்ட்ரோ தனது அதிகாரத் தளத்தை பெரிதும் பலப்படுத்தியிருப்பதைக் கண்டார். விவசாய சீர்தி-ருத்தச் சட்டத்தில் இருந்து காஸ்ட்ரோவின் அரசாங்கத்திற்கு பெரும் அதிகாரம் மற்றும் செல்வாக்கு வந்ததை உணர்ந்தார். உள் நாட்டில் செல்வாக்கு வளர்ந்து இருந்தபோதிலும், காஸ்ட்ரோ அரசாங்கத்திற்கு வெளியில் இன்னும் ஏராளமான எதிரிகள் இருந்தனர். மார்ச் 4, 1960 அன்று ஹவானா துறைமுகத்தில் இரண்டு குண்டுகள் வெடித்து, பிரெஞ்சு சரக்கு கப்பலை அழித்தபோது இந்த வெளிப்புற அச்சுறுத்தல்-கள் தெளிவாக்கப்பட்டன.

பெல்ஜியத்தில் இருந்து ஆயுதங்களுடன் வந்த ஒரு படகு, இந்த குண்டுவெடிப்பு பேரழிவை ஏற்படுத்தியது மற்றும் வெடிப்புக்கு அருகா-மையில் 76 பேர் கொல்லப்பட்டதாக நம்பப்பட்டது. இந்த குண்டுவெடிப்பு தெரியவந்ததவுடன் உடனடியாக அமெரிக்க சிஐஏ அரசாங்கம் பிடலின் ஆட்சியை பயங்கரவாத ஆதரவு அரசாங்கம் என்று கண்டனம் செய்-தது.

இத்தகைய குற்றச்சாட்டுகளுக்கு பிறகு, காஸ்ட்ரோ அரசாங்கம் அச்-சுறுத்தலாகக் கருதும் எவரையும் விட்டுவைக்க கூடாதென நினைத்தது.

அதே நேரத்தில், பிடல் காஸ்ட்ரோ, சே குவேராவை நிலச் சீர்திருத்தச் சட்டத்தின் செயல்முறையை விரைவுபடுத்தும்படியும், "தேசிய விவசாயச் சீர்திருத்த நிறுவனம்" (INRA) என்ற புதிய அரசாங்க அமைப்பை ஏற்-படுத்தி உதவுமாறும் வலியுறுத்தினார்.

சே குவேரா INRA ஐப் பயன்படுத்தி 100,000 பேர் கொண்ட பணிக்குழுவை உருவாக்கினார், அவர்களுக்கு நிலம் அபகரிப்பதைச் செயல்படுத்தும் மற்றும் அதன் மறுபங்கீடுகளை மேற்பார்வையிடுதல் போன்ற வேலை வழங்கப்பட்டது. இவர்கள் கைப்பற்றிய நிலத்தில் சுமார் 480,000 ஏக்கர் அமெரிக்க நிறுவனங்களுக்கு சொந்தமானதாக இருந்-தது. இது அமெரிக்க ஜனாதிபதி டுவைட் ஐசன்ஹோவரை கடும் கோபத்தில் ஆழ்த்தியது.

இதற்கு பதிலடியாக அவர், கியூபா சர்க்கரையை அமெரிக்காவிற்கு இறக்குமதி செய்வதை வெகுவாகக் குறைத்தார். இத்தகைய நடவடிக்-கைகள் சே குவேராவால் "பொருளாதார ஆக்கிரமிப்பு" என்று விரை-வாகக் கண்டனம் செய்யப்பட்டன.

ஒரு கொரில்லா போராளிக்கு மக்களின் ஆதரவு தேவை. அவன் சார்ந்த மக்களின் ஆதரவு இல்லாமல் எந்தப் போராளியும் வெல்ல முடியாது.

4

சோவியத் ஏமாற்றம்

சே குவேராவும் அவரது கூட்டாளிகளும் நீண்டகாலமாக அமெரிக்கா தங்களை எப்போது வேண்டுமானாலும் தாக்கலாம் என்று எண்ணினர். ஆனால் வடக்கின் வல்லரசு என்ன செய்யக்கூடும் என்பது யாருக்கும் உறுதியாகத் தெரியவில்லை. அமெரிக்க தலைமையிலான படையெடுப்-பின் வாய்ப்புகள் பற்றிய முடிவில்லாத ஊகங்கள் இருந்தபோதிலும், 1961 ஆம் ஆண்டு ஏப்ரல் 17 ஆம் தேதி, அமெரிக்காவினால் சிறப்பாக் பயிற்றுவிக்கப்பட்ட 1400 கியூப நாடுகடத்தப்பட்டவர்கள் "பிக்ஸ் விரிகுடா"வின் கரையில் தோன்றியபோது அது இன்னும் ஆச்சரியமாக இருந்தது. பிரிகேட் 2506 என்று அழைக்கப்படும், நாடுகடத்தப்பட்ட இளம் கியூபாக்களின் இந்த குழு, தங்கள் சொந்த நாட்டை கொள்-ளையடிப்பவர்களாக அவர்கள் கருதியவர்களிடமிருந்து தங்கள் நாட்டை திரும்பப் பெறுவதில் உறுதியாக இருந்தனர்.

பாடிஸ்டாவின் அடக்குமுறை ஆட்சியில் அதிக அன்பு இழக்கப்-படவில்லை என்றாலும், இவர்களில் பலர் பிடல் காஸ்ட்ரோ மற்றும் சே குவேராவின் இரும்புக்கரம் கொண்ட வளர்ச்சிக்கான சித்தாந்தத்தை மிகவும் மோசமான ஒன்றாக கருதினர். இவர்கள் தங்கள் கருத்தியல் போராட்டத்தில் வெற்றி பெறுவார்கள் என்று நம்புவதற்கு எல்லா கார-ணங்களும் இருந்தன, ஏனென்றால் அமெரிக்காவின் முழு பலமும் அவர்களுக்குப் பின்னால் இருந்தது.

ஜனாதிபதி கென்னடி இதில் தோல்வியடையமாட்டார் என்ற தவறான அனுமானத்தில் பலர் இருந்தனர், மேலும் அமெரிக்க இராணுவம் அவர்-

களை ஆதரிக்கும் என்று நம்பினர். இருப்பினும், இதை நம்பியவர்கள், கியூபா ஆதரவாளர் மற்றும் சோவியத் பிரதமர் நிகிதா குருசேவ் இடமிருந்து கென்னடி பெற்ற கடுமையான அறிக்கையை பற்றி அறிந்திருக்கவில்லை.

தொடக்கத்திலேயே, "கியூபா மீதான ஆயுதத் தாக்குதலை முறியடிக்க கியூபா மக்களுக்கும் அவர்களது அரசாங்கத்திற்கும் தேவையான அனைத்து உதவிகளையும் சோவியத் யூனியன் செய்யும்" என்று குருசேவ் கென்னடியை எச்சரித்தார். இதையடுத்து கென்னடி உடனடியாக தனது கருத்தைத் திரும்பப் பெற்றார், "கியூபாவில் நடந்த நிகழ்வுகள் தொடர்பாக ஒரு தவறான புரிதலில்" இருப்பதாகவும், "கியூபாவில் இராணுவத் தலையீட்டை அமெரிக்கா விரும்பவில்லை" என்றும் கூறினார்.

அமெரிக்கா இராணுவரீதியில் தலையிடாது என்று கென்னடி உறுதியளித்த போதிலும், அவர் CIA வின் சூழ்ச்சி முயற்சிகளை அதிகப்படுத்த அனுமதித்தார். சிஐஏ செயல்பாட்டாளர்கள் நிரம்பிய எட்டு கப்பல்கள் ஹவானா கடற்கரையில் துப்பாக்கிச் சூடு மற்றும் வெடி தாக்குதலை உருவாக்கத் தொடங்கின.

மேலும் சிஐஏ எதிரியை குழப்புவதற்காக ஒரு தவறான கொடி படையெடுப்பை உருவாக்கியது. சிஐஏவின் இந்த ஒளி மற்றும் ஒலி நிகழ்ச்சி அவர்களின் கவனத்தை திசைத் திருப்பியது, ஆனால் ஏமாற்றப்பட்ட போதிலும், சே குவேரா தானே 200,000 ஆண்கள் மற்றும் பெண்களைக் கொண்ட ஒரு படையை ஒன்றிணைத்து, படையெடுக்கும் நாடுகடத்தப்பட்டவர்களை எதிர்கொள்ள அனுப்பினார்.

வெறும் 48 மணி நேரத்திற்குள், சே குவேராவின் படை பிரிகேட் 2506யை முறியடித்து, அவர்களின் படகுகளை விரிகுடாவின் அடிப்பகுதியில் மூழ்கடிக்கச் செய்தனர்.

சே குவேரா பின்னர் கென்னடி உதவியாளர் ரிச்சர்ட் குட்வினைச் சந்தித்து, பிக்ஸ் வளைகுடா என்று அழைக்கப்படும் "பே ஆஃப் பிக்ஸ்" மீது அமெரிக்க ஆதரவு படையெடுப்பிற்கு ஜனாதிபதி கென்னடிக்கு "நன்றி" தெரிவித்தார். இந்த கிண்டலான நன்றியுணர்வைத் தொடர்ந்து, இந்த படையெடுப்பு கியூப புரட்சிகர இயக்கத்தை முன்னெப்போதையும் விட வலிமையாக்கியது என்றும், படையெடுப்பு ஒரு வகையில் தங்களை மேலும் ஒன்றுபட உதவியது என்றும் குவேரா கூறினார். 1962 ஆம் ஆண்டு அக்டோபர் 14 ஆம் தேதி, சோவியத் ரஷ்யாவின் அரவ

ணைப்பிற்குள் கியூபாவை இன்னும் அதிகமாகத் தள்ளியது என்பதுதான் ஜனாதிபதி கென்னடிக்கு நன்றி சொல்லக்கூடிய மற்றொரு விஷயம்.

ரஷ்யாவிற்கு கியூபாவில் அணு ஏவுகணைகளை வைக்கும் எண்ணம் பே ஆஃப் பிக்ஸில் நடைபெற்ற படையெடுப்பின் நேரடி விளைவாகவே வந்தது. மேலும் இதை கவனித்த கென்னடி, சோவியத் பிரதமர் நிகிதா க்ருஷ்சேவ், "அணுவாயுதப் போரைத் தொடங்க முடிவு செய்துவிட்டார்" என்று நினைத்தார், ஆனால் அதே நேரத்தில், கியூபா அணு ஆயு-தங்களைக் கொண்டிருப்பது வழக்கமான படையெடுப்பு முயற்சிகளைத் தடுக்கவே தவிர வேறு எதற்கும் இல்லை. மேலும் ஃபிடல், ரவூல் மற்றும் சே குவேரா ஆகியோரிடையே ஒருமித்த கருத்து இருந்தது: அமெ-ரிக்காவிற்கு எதிரான இத்தகைய தடுப்புகளின் அவசியத்தை அவர்-கள் விரும்பினாலும், அவர்கள் அதை ஒரு ரகசியமாக வைத்திருக்க நினைக்கவில்லை மற்றும் என்ன நடக்கிறது என்பதை உலகிற்கு அறி-விக்க விரும்பினர்.

அதற்காக ஆகஸ்ட் 27 அன்று சே குவேராவை மாஸ்கோவிற்கு அனுப்பி, ஏவுகணைகள் பற்றிய ரகசியத்தை முடிவுக்குக் கொண்டுவர விரும்புவதாக ரஷ்யாவிடம் தெரிவிக்க, அணு ஆயுதம் கொண்ட கியூ-பாவின் வெளிப்படையான அறிவிப்பை நிகிதா குருசேவ் உறுதியாக நிராகரித்தார், மேலும் அத்தகைய அறிவிப்பு அமெரிக்கர்களின் கோபத்தை மட்டுமே கொண்டு வரும் என்று கூறினார்.

ஆனால் அமெரிக்க இராணுவ உளவுத்துறை தீவில் அணு ஆயு-தங்கள் இருப்பதை உறுதிப்படுத்தியது மட்டுமல்லாமல், அக்டோபர் 22 ஆம் தேதி கியூபாவிலிருந்து வரும் எந்த அணு ஆயுத ஏவுகணைத் தாக்குதலும் சோவியத் யூனியனின் தாக்குதலாகக் கருதப்படும் என்று ஜனாதிபதி கென்னடி உலகிற்கு அறிவித்தார்.

இது சோவியத் ரஷ்யாவிற்கு எதிராக இருப்பினும், இந்த அறிக்கை சில தீவிர எச்சரிக்கைகளை எழுப்பிய போதிலும், அமெரிக்கர்கள் கியூபா மீது படையெடுப்பதற்கான முயற்சிகளைத் தொடர்ந்தால், பிடல் காஸ்ட்ரோவும் சே குவேராவும் தங்கள் புதிய ஏவுகணைகளால் அமெ-ரிக்காவைத் தாக்குவதற்கு ஆக்ரோஷமாக இருந்தனர். இது "கியூபா ஏவுகணை நெருக்கடி" என்று அழைக்கப்பட்டது.

இது கென்னடியோ அல்லது க்ருஷ்சேவோ விரும்பாத ஒரு நெருக்-கடி, அடுத்த நாட்களில், க்ருஷ்சேவ் கென்னடிக்கு கடிதப் பரிமாற்-

றங்களை அனுப்பினார், அதில் சோவியத் ஒன்றியத்தின் நோக்கங்கள் முற்றிலும் அமைதியானவை என்று கூறி, ஏவுகணைகள் தற்காப்புத் தடுப்புக்கானவை மட்டுமே என்று விவரித்தார்.

அக்டோபர் 26 அன்று, துருக்கியில் அமெரிக்க ஏவுகணைகளை அகற்றுவதற்கு ஈடாக, கியூபாவில் ஏவுகணைகளை முழுவதுமாக திரும்-பப் பெறுவதற்கான சோவியத் முன்மொழிவுடனும், மேலும் கியூபா மீது ஒருபோதும் படையெடுக்கவோ அல்லது படையெடுப்பை ஆதரிக்கவோ மாட்டோம் என்ற அமெரிக்க உறுதிமொழியுடன் அமெரிக்காவும், சோவி-யத் யூனியனும் பரஸ்பரம் காட்டினார்.

தெர்மோநியூக்ளியர் போர் தவிர்க்கப்பட்டது என்று அமெரிக்காவும் சோவியத்தும் பெருமூச்சு விட்ட போதிலும், பிடல் காஸ்ட்ரோவும் குறிப்-பாக சே குவேராவும் முற்றிலும் காட்டிக் கொடுக்கப்பட்டதாக உணர்ந்-தனர். சோவியத்துடனான உறவுகளை ஏற்படுத்துவதில் முதன்முதலில் பல வேலைகளைச் செய்தவர் என்பதால் சேவுக்கு இந்த ஏமார்த்தப்பட்ட உணர்வு அதிகமாகவே இருந்தது.

காஸ்ட்ரோ அரசாங்கம் இன்னும் சோவியத் நிதி உதவியை நம்பி-யிருந்த போதிலும், கியூபா ஏவுகணை நெருக்கடியின் சங்கடத்தை சே குவேரா கியூப உறவுகளை வேறு இடங்களில் திறப்பதற்கு ஒரு ஊக்-கியாக எடுத்துக் கொண்டார். இந்த காலகட்டத்தில்தான் சீன புரட்சி-யாளர்களுடன் தீவிர பேச்சு வார்த்தையில் சே குவேரா ஈடுபட்டதோடு மட்டுமல்லாமல், சீன மார்க்சிஸ்டுகளால் பெரிதும் ஈர்க்கப்பட்டார். சீன அரசாங்கத்தின் நிலச் சீர்திருத்தம் மற்றும் மறுபங்கீடு போன்ற திட்டங்-களினால் அவர் பெரிதும் ஈர்க்கப்பட்டு, மேலும் இது கியூபா போன்ற ஒரு பெரிய விவசாயிகள் அடித்தளத்தைக் கொண்ட மற்ற அனைத்து வளரும் நாடுகளுக்கும் உதவும் என எண்ணினார்.

சீனக் கோட்பாட்டுடன் தன்னை இணைத்துக் கொள்வதற்காக சே குவேரா எடுத்த முயற்சிகளை சோவியத் யூனியனால் அவ்வளவு எளி-தாக எடுத்துக் கொள்ள முடியவில்லை, மேலும் சேவை "சீன சார்பு தீவிரவாதி" என்று விமர்சித்தது .

1963 இன் முற்பகுதியில், சோவியத் பிளாக் மற்றும் சே குவேரா இடையே ஏற்பட்ட பதற்றம் அதிகரித்து, கியூபா பொருளாதாரம் தடு-மாற்றமடைந்தது, சே கியூபாவை விட்டு முற்றிலுமாக வெளியேற முடிவு செய்தார். கியூபாவில் கம்யூனிசம் வெற்றி பெறுவதை உறுதி செய்வதற்-

கான ஒரே வழி, லத்தீன் அமெரிக்காவிலும் உலகின் பிற பகுதிகளிலும் கம்யூனிச அரசுகளை உருவாக்குவதுதான் என சே குவேரா உறுதியாக நம்பினார்.

சே இப்போது முழு உலக முழுவதையும் அசைக்க முற்பட்டார் எனி- னும் நவம்பர் 22, 1963 அன்று அவரையே அதிர்ச்சிக்கு உள்ளாக்கிய நிகழ்வாக அமெரிக்க ஜனாதிபதி ஜான் எஃப்.கென்னடி படுகொலை சம்- பவம் அமைந்தது.

❧

வறண்ட பொருளாதார சோசலிசத்தை நான் விரும்பவில்லை. நாம் துயரங்களுக்கு எதிராக மட்டும் போராடவில்லை. ஒதுக்கப்படுவதற்கு எதிராகவும் நாம் போராடுகிறோம். எனக்கு விடுதலை செய்யும் அதிகாரம் இல்லை. என்னால் அதைச் செய்யவும் முடியாது.

❧

5

புதிய புரட்சி பயணம்

பெரும்பாலான அமெரிக்கர்கள் தங்கள் அன்பான ஜனாதிபதி கென்னடியை யார் கொலை செய்தனர் என அதிர்ச்சியில் குழம்பி இருந்தனர். CIA இன் அனுசரணையில், பல சாத்தியக்கூறுகள் இருந்தன, அவற்றில் ஒன்று கியூபாவை நேரடியாகச் சுட்டிக்காட்டியது. பலரும் கென்னடியின் மரணம் கியூபா மற்றும் பிடல் காஸ்ட்ரோவின் வாழ்க்கையில் குறுக்கிட்டதால் ஏற்பட்டதே என நம்பினர்.

அதில் உணமையில்லை என்றாலும் கூட கென்னடியின் படுகொலை நடந்து இரண்டு மாதங்கள் கூட ஆகாத நிலையில் பிடல் காஸ்ட்ரோ, கியூபாவை எதிர்ப்பவர்களுக்கு பின்வருமாறு ஒரு எச்சரிக்கை விடுத்தார்: "கியூபா மற்றும் அதன் தலைவர்களை ஒழிப்பதற்கான பயங்கரவாதத் திட்டங்களுக்கு உதவினால், தாங்கள் பாதுகாப்பாக இருக்க முடியாது என்பதை அமெரிக்கத் தலைவர்கள் உணர வேண்டும்."

பின்னர் சே குவேரா 1964 டிசம்பரில் நியூயார்க் நகரில் உள்ள ஐக்கிய நாடுகள் சபையின் தலைமையகத்தில் கியூபா தூதுக்குழுவின் தலைவராகப் பேசும் போது, "ஏகாதிபதியக் கொள்கைக்கு எதிராகவும், பிரிக்கப்பட்ட தெற்கு அமெரிக்காவில் இன வேறுபாடுகள் மற்றும் தென்னாப்பிரிக்காவில் நிறவெறி போன்ற விஷயங்களுக்கு ஐக்கிய நாடுகள் சபையால் எதுவும் செய்ய முடியாதா? என்ற கேள்வியை அவர் சபையில் சுட்டிக்காட்டி, அவரது கேள்விகளுக்கான பதில்கள் எதுவும் கிடைக்காது, டிசம்பர் 17 ஆம் தேதி, சே குவேரா நியூயார்க்கில் இருந்து பிரான்சின் பாரிஸுக்குச் சென்றார். புரட்சியின் தூதராக பல மாத

சுற்றுப்பயணத்தின் தொடக்க புள்ளியாக இது இருந்தது. பின்னர் சே ஐரோப்பா, ஆசியா மற்றும் ஆப்பிரிக்கா முழுவதும் பயணம் செய்தார்.

1965 ஆம் ஆண்டு பிப்ரவரி 24 ஆம் தேதி அல்ஜீரியாவின் அல்-ஜியர்ஸுக்கு அவர் சென்றது குறிப்பிடும் படியான ஒன்றாக அமைந்தது. அல்ஜீரிய தலைநகரில் நடந்த பேட்டியின் போது, சோவியத் யூனியன் மேற்கத்திய ஏகாதிபத்தியத்திற்கு உதவி வருவதாக கூறி, சே தனது கம்யூனிச சமகாலத்தவர்களை அதிர்ச்சிக்குள்ளாக்கினார். மேலும் சே ஆற்றிய உரையில், மூலப்பொருள் மற்றும் வளங்களை சோவியத் யூனியன் சுரண்டி வருவதாகவும், இது "ஒழுக்கமற்ற சுரண்டல்" என்றும் கடுமையாக விமர்சித்தார்.

மார்ச் 15, 1965 இல் கியூபாவுக்குத் திரும்பியதும், சே பிடல் மற்றும் ரால் காஸ்ட்ரோவுடன் உடனடியாக ஒரு தனிப்பட்ட மாநாட்டிற்கு அழைத்துச் செல்லப்பட்டார். நிருபர்கள் இல்லாமல் நடந்த விவாதத்தில், சரியாக என்ன விவாதிக்கப்பட்டது என்பது பற்றிய பதிவு எதுவும் இல்லை, ஆனால் சே குவேராவின் சொந்த மெய்க்காப்பாளரின் கூற்றுப்படி, சீனக் கொள்கைக்கு சே அளித்த ஆதரவு குறித்து சே மற்றும் பிடல் காஸ்ட்ரோ இடையே கடுமையான வாக்குவாதம் நடந்தது என்றும், பிடலும் ரவுலும் சே சீனாவுக்கு ஆதரவானவர் என்றும் குற்றம் சாட்டினர் என்றும் கூறப்பட்டது. இந்த நிலைப்பாடு சோவியத் யூனியனுடனான அவர்களின் உறவை பாதித்தது. "பொறுப்பற்றவர்" என்று ஃபிடல் சேவைத் திட்டியதாகக் கூறப்படுகிறது, மேலும் பல கருத்துப் பரிமாற்றங்களுக்குப் பிறகு, விரிவுரையில் சோர்வடைந்த சே, அறையை விட்டு வெளியேறினார் என்றும் கூறப்படுகிறது.

அடுத்த சில மாதங்கள், சே குவேரா உலக அரங்கில் இருந்து மறைந்திருந்தார், அவர் ஏதோ தொலைதூரப் புரட்சியில் சண்டையிட்டு இறந்தார் அல்லது பிடல் காஸ்ட்ரோ அவரைக் கொன்றார் என்ற வதந்திகள் பரப்பப்பட்டன. தான்சானியாவிலுள்ள டார் எஸ் சலாமில் அவர் தோன்றிய ஜூலை வரை அவரது இருப்பிடம் மர்மமாகவே இருந்தது.

ஹவானாவில் வெடித்த வதந்தி மற்றும் பதட்டங்களை விட்டுவிட்டு, சே இப்போது ஒரு புதிய பணியில் ஈடுபட இருந்தார். அவர் தான்சானியாவை விட்டு அண்டை நாடான காங்கோவிற்கு செல்ல இருந்தார். அங்கு தனது புரட்சிகர கொள்கைகளுடன், சே மற்றும் அவரது சிறிய பயணப் படை ஏப்ரல் 24, 1965 அன்று ஏற்படுத்தப்பட்டது. இந்த முதல்

குழு, 100 கூடுதல் போராளிகளைக் கொண்டு கியூபாவில் பயிற்சி மேற்-கொண்டு மேலும் பலப்படுத்தப்பட்டது. இவர்கள் காங்கோவில் கிளர்ச்-சியின் மைய்ப் புள்ளியாக இருந்த காங்கோ தலைவர் லாரன்ட்-டிசையர் கபிலாவுடன் ஒத்துழைக்க முயன்றனர்.

முதலில், ஆப்பிரிக்காவில் ஒரு புரட்சியைத் தூண்டுவதற்கான வாய்ப்புகளைப் பற்றி எண்ணி சே உற்சாகமடைந்தார், ஆனால் விரை-வில் அவர் தனது காங்கோ போராளிகளால் சோர்வடைந்தார், அவர்கள் சரியாகத் தயாராகவும் இல்லை, மேலும் அவரது அறிவுறுத்தல்களைப் பின்பற்றவும் இல்லாததால் சே கவலைப்பட வேண்டியிருந்தது. இந்த முரண்பாட்டுடன், CIA மற்றும் காங்கோ தேசிய இராணுவத்துடன் நெருக்கமாகப் பணியாற்றிய தென்னாப்பிரிக்க கூலிப்படையின் ஒரு குழு-வைப் பற்றியும் கேள்விப்பட்டு கவலை அடைந்தார். இந்த பிரிவுகளின் கூட்டமைப்பு ஒரே பதாகையின் கீழ் ஒன்றிணைந்து சேவின் ஒவ்வொரு அசைவையும் கண்காணிக்கத் தொடங்கினர்.

மேலும், அமெரிக்க கடற்படைக் கப்பலில் காங்கோ கடற்கரையில் நிறுத்தப்பட்ட அமெரிக்காவின் NSA (தேசிய பாதுகாப்பு நிறுவனம்) சே முகாமில் நடந்த அனைத்து பரிமாற்றங்களையும் இடைமறித்தது.

அவரது ஒவ்வொரு அசைவும் கண்காணிக்கப்படுவதால், சேவின் புரட்சி பயணத்திற்கு இடையூறாக பார்க்கப்பட்டது. மேலும் ஒரு சிக்க-லாக, சேவின் உடல்நிலை மோசமடையத் தொடங்கியது. கடுமையான ஆஸ்துமா, காய்ச்சல் மற்றும் பலவீனப்படுத்தும் வயிற்றுப்போக்கு போன்-றவற்றால் பாதிக்கப்பட்டார். இதன் காரணமாக, சே காங்கோவில் பிரச்-சாரத்தை நிறுத்த முடிவு செய்தார்.

நவம்பர் 20, 1965 அன்று, அவரும் அவரது பயணப் படையில் மீதமுள்ள 12 உறுப்பினர்களும் கியூபாவுக்குத் திரும்பிச் சென்றனர். அடுத்த சில மாதங்களுக்கு,

சே குவேரா வெளியுலகில் அவ்வளவாக தென்படாமல் பொலிவியா நாட்டில் தனது மிகப்பெரிய மற்றும் இறுதியான! புரட்சிகர போரை நடத்த ஆயுதமானார்.

❧

நான் போராளி மட்டுமே. மக்கள்தான் உண்மையான
விடுவிப்பாளர்கள். எப்போது ஒரு அரசு மக்கள் ஆதரவுடன் ஆட்சி
அதிகாரத்தைப் பிடிக்கிறதோ (அது நேர்மையாக இருந்தாலும் சரி
அல்லது மோசடியாக இருந்தாலும் சரி) அதற்கு எதிராக யாரும்
போராட முடியாது. காரணம், அது மக்களின் ஆதரவைப்
பெற்றுள்ளது.

❧

6

பொலிவிய பயணத் தொடக்கம்

சே குவேரா பொலிவியாவின் லா பாஸில் நவம்பர் 3, 1966 அன்று வந்திறங்கினார். பொலிவிய தலைநகருக்குச் செல்வது இது முதல் முறையல்ல, ஆனால் சிறுவயதில் ஒரு மோட்டார் சைக்கிளில் மருத்துவ மாணவராக இந்த நகரத்தை சுற்றி வந்த சே குவேராவுடன் ஒப்பிடுகை-யில் தற்போது சிந்தனையிலும் எண்ணத்திலும் மிகவும் வித்தியாசமான-வர்.

பொலிவியாவிற்குள் நுழையும்போது அவர் பழைய புரட்சியாளராக செல்ல விரும்பவில்லை, மாறாக அவர் அடையாளத்தை முழுவதுமாக மாற்றி, சே தனது தலைமுடியின் பெரும்பகுதியை மொட்டையடித்து, தன்னை வழுக்கையாகக் காட்டினார், மேலும் நரைத்த நடுத்தர வயது ஆணின் தோற்றத்தைக் கொடுப்பதற்காக சாயம் பூசிக் கொண்டு, ஒரு ஜோடி தடிமனான கண்ணாடிகளை அணிந்து, உள்ளூர் அதிகாரிகளிடம் தான் அடோல்போ மெனா கோன்சலேஸ் என்ற பெயர் கொண்ட உரு-குவேயைச் சேர்ந்த ஒரு தொழிலதிபர் என்று கூறி போலி பாஸ்போர்ட்-களை காட்டி தன்னை அறிமுகப்படுத்திக் கொண்டார்.

நாட்டிற்குள் நுழைந்த உடனேயே கிராமப்புற விவசாயிகளிடையே ஒரு புதிய புரட்சித் தளத்தை உருவாக்குவதற்காக, பொலிவியாவின் தென்கிழக்கு கிராமப்புறங்களுக்குச் சென்றார். இருப்பினும், உள்ளூர்வா-சிகளின் ஆதரவு முழுமையாக கிடைக்கவில்லை, மேலும் அவர்கள்

இதில் சற்று ஆர்வமின்றி இருப்பது போல் காணப்பட்டனர்.

பொலிவியாவின் கம்யூனிஸ்ட் கட்சியின் தலைமை செயலாளரான மரியோ மோன்ஜே, சேவின் முகாமுக்கு வருகை தந்தபோது, சே-வின் புரட்சி நோக்கம் மற்றும் அவரது யோசனைகளை கேட்டவுடன் அவர் அதில் திருப்தி இல்லாமல் இருந்தார். மேலும் 1966 ஆம் ஆண்டு டிசம்பர் 31 ஆம் தேதி, மரியோ மோன்ஜே தனது உணர்வுகளை சே குவேராவிடம் தெளிவுபடுத்தினார். அவர்களது கலந்துரையாடலின் போது, சேவின் யோசனைகளில் தான் உடன்படவில்லை என்றும் தானே இதற்கு தலைமை ஏற்க விரும்புவதாகவும் தெரிவித்ததாக அறியப்படுகி-றது. பொலிவியாவின் உள்ளூர் கம்யூனிஸ்ட் தலைவரிடமிருந்து இத்த-கைய உணர்வைக் கேட்ட சே மிகவும் அதிர்ச்சியடைந்தார்.

இதனால் மேலும் எந்த ஆதரவும் கிடைக்காத நிலையில், அவரு-டைய நோக்கத்திற்கு விசுவாசமாக இருக்கும் 24 துருப்புக்கள் மட்டுமே அவரிடம் எஞ்சியிருந்தனர். மார்ச் 19, 1967 இல் சே பின்னர் தனது பழைய புரட்சிகர நண்பர்களில் சிலருடன் இணைந்தார்: ரெஜி டெப்-ரிட் என்ற பிரெஞ்சு மார்க்சிஸ்ட், சிரா புஸ்டோஸ் என்ற அர்ஜென்டினா கலைஞர் மற்றும் கிழக்கு ஜெர்மன் உளவாளி "தானியா" - ஹெய்டி தமரா பன்கே பைடர்.

இவர் நீண்ட காலமாக சந்தேகிக்கப்படும் ஒரு கேஜிபி ஏஜென்ட் மிகவும் திறமையானவர். தானியாவின் முக்கிய வேலையாக வெளியே சென்று வெளியில் இருப்பவர்களிடமிருந்து பொருட்களை வாங்கி வரு-வது, மற்ற குழுவினருக்கு அவர்களின் உணவு, வெடிமருந்துகள் மற்றும் உடைகள் ஆகியவற்றை அளிப்பது போன்றவையாக இருந்தது. அவள் குழுவிற்கு ஒரு உயிர்நாடியாக இருந்தாள், வெளி உலகத்துடன் தொடர்பு கொள்ளும் கடைசி புள்ளியாக அவர் விளங்கினார்.

7

பொலிவிய புரட்சி போராட்டம்

மார்ச் 23, 1967 அன்று, சேவின் சிறிய போராளிகள் கொண்ட அணி, 35 பொலிவிய வீரர்களைக் கொண்ட குழுவைச் சுற்றி வளைத்து துப்-பாக்கியால் சுட்டனர். இவர்கள் அருகிலுள்ள எண்ணெய் நகரமான கமிரியை அடிப்படையாகக் கொண்ட பொலிவியன் இராணுவத்தின் நான்-காவது பிரிவை சேர்ந்த கொரில்லா வீரர்கள். அவர்களுக்கு கேப்டன் அகஸ்டோ சில்வா போகடோ தலைமை தாங்கியிருந்தார். அவர் அப்-பகுதியில் பச்சை இராணுவ உடை அணிந்த "பாராமிலிட்டரி வகைக-ளின்" குழுவொன்று முகாமிட்டுள்ளதாக தனக்கு கிடைத்த ஒரு உதவிக்-குறிப்பை கொண்டு இவர்கள் யார் அல்லது அவர்கள் என்ன விரும்-புகிறார்கள் என்பது பற்றி அறிய விரும்பினார். ஆனால் இந்த குழு எதிர்பார்க்காத விதமாக சே குவேரா படை பொலிவிய வீரர்களை சுற்றி வளைத்து துப்பாக்கியால் சுட தொடங்கினர்.

மேலும் "விவா லா லிவரேசியன் நேஷனல்!" என்று ஒரு குரல் அவர்களை நோக்கிக் கத்துவதைக் கேட்டபோது அவர்களிடையே பயம் உணரப்பட்டது. அவர்கள் கேட்ட குரல் வேறு யாருடையதுமல்ல, "தேசிய விடுதலை நீடூழி வாழ்க!" என்று ஒரு வியத்தகு கூச்சலிட்ட சே குவேரா குரல் தான். சில வினாடிகளுக்கு முன், தனது முழு நோக்கத்-தையும் அறிவித்தார்.

அனைத்து பொலிவியப் படை வீரர்களும் சேவின் போராளிகளுக்கு முன்னால் மாட்டிக் கொண்டு தப்பிக்க முடியாமல் சரணடைந்தன. பொலிவிய வீரர்கள் தங்கள் ஆயுதங்களை வீசி எறிந்த பிறகு, சே மற்றும் அவரது தோழர்கள் வெளிப்பட்டனர். அவர்களுக்கு எதிராக முற்றுகையிடப்பட்ட குழு எவ்வளவு சிறியது என்பதைக் கண்டு கேப்டன் போகடோ அதிர்ச்சியடைந்தார். இந்த சிறிய படை, பொலிவிய வீரர்களின் முழுப் பிரிவையும் வெற்றிகரமாக தோற்கடித்தது. அவர்களின் எண்ணிக்கை குறைவாக இருந்தபோதிலும், அவர்கள் நடத்திய மூர்க்கத்தனமான தாக்குதல் மற்றும் சே குவேரா முன்வைத்த தீவிர உறுதிப்பாட்டிலிருந்து, அவர்கள் மாறாமல் இருந்தது என்பதைப் பற்றி எண்ணி போகடோ வியப்படைந்தார்.

பொலிவிய படையின் ஆயுதங்கள், வெடிமருந்துகள், ரேடியோக்கள் மற்றும் முதுகில் இருந்தப் பை போன்ற அனைத்தையும் எடுத்த பிறகு, சே அவர்களின் உயிரைக் காப்பாற்ற முடிவு செய்தார். தோற்கடிக்கப்பட்ட துருப்புக்களிடமிருந்து மதிப்புமிக்க அனைத்தையும் எடுத்துக் கொண்ட பிறகு, சே குவேரா அவர்களிடம், "நாங்கள் நிராயுதபாணியான எதிரிகளைக் கொல்ல மாட்டோம். நாங்கள் உங்களை கண்ணியத்துடனும் மரியாதையுடனும் நடத்துவோம். உங்களது படையில் இறந்தவர்கள் உடல்களை சேகரிக்க உங்களுக்கு மார்ச் 27 வரை அவகாசம் தருகிறோம் என்று அறிவித்தார்.

இந்த பொலிவிய வீரர்களை சே விடுவித்ததன் பின்னணியில் ஒரு எதிர்கால நோக்கம் இருந்தது. பொலிவிய இராணுவத்தின் தோற்கடிக்கப்பட்ட துருப்புக்களுக்கு கருணை காட்டுவதனால் அவர்களில் சிலர் தனது நல்லெண்ணம் மற்றும் குறிக்கோள் பற்றி அறிந்து தன் பக்கம் திரும்புவார்கள் என்றும், மேலும் அப்படி வரும் பட்சத்தில் பொது மக்களின் உள்ளூர் ஆதரவை பெறுவதற்கு அது உதவும் என்றும் சே குவேரா நினைத்தார்.

சேவின் எண்ணம் இவ்வாறு இருக்க, கேப்டன் பொகாடோ நான்காவது பிரிவு தலைமையகத்திற்கு உடனடியாகத் தனது ஆட்களின் நிலையை பற்றித் தெரியப்படுத்தினார். மேலும் ஒரு சிறிய படையை எதிர்த்து தோற்றுப் போனது முற்றிலும் அவமானமான செயல் என நினைத்து, இதை வெளியே கூறினால் சங்கடமாக இருக்கும் என்பதற்காக தாங்கள் ஒரு 500 நன்கு ஆயுதமேந்திய கெரில்லாக்களைக்

கொண்ட பலத்த ஆயுதமேந்திய குழுவால் தாக்கப்பட்டதாக அவர் தனது மேலதிகாரிகளுக்குத் தெரிவித்தார்.

இதனால் அதிர்ச்சியடைந்த பொலிவிய இராணுவம் மிகைப்படுத்தப்-பட்ட அச்சுறுத்தலில் இருந்து விடுபட செயல் திட்டங்களைத் தீட்டியது. பொலிவிய அரசாங்கத்தின் இந்த மிகைப்படுத்தல் அரசியல் அரங்கிலும் விரிவடைந்தது. பொலிவியாவின் ஜனாதிபதி, ரெனே பேரியண்டோஸ் ஒர்டுனோ, இராணுவச் சட்டத்தை அறிவித்து, பொலிவியாவின் கம்யூ-னிஸ்ட் கட்சியை சட்டவிரோதமாக்குவதன் மூலம் உணரப்பட்ட அச்-சுறுத்தலுக்கு எதிர்வினையாற்றினார். அதைத் தொடர்ந்து எடுக்கப்பட்ட அதிரடி நடவடிக்கையில், அவர் 41 உள்ளூர் கம்யூனிஸ்ட் தலைவர்-களை கைது செய்து, உள்ளூர் கம்யூனிஸ்ட் சமூகத்தின் ஆதரவைப் பெறுவதில் சே குவேரா கொண்டிருந்த நம்பிக்கையை திறம்பட முறிய-டித்தார்.

மேலும் சே குவேரா நாட்டை விட்டு வெளியேற முடியாது என்பதை உறுதி செய்வதற்காக பொலிவியாவின் எல்லைகளில் தீவிர கண்கா-ணிப்பில் ஈடுபட உளவுத்துறைக்கு உத்தரவிட்டார். சே குவேரா என்று அழைக்கப்படும் மாபெரும் புரட்சியாளர் தப்பிக்கக் கூடாது என்பதை உறுதிப்படுத்த பொலிவியாவின் ஜனாதிபதி தன்னால் முடிந்த அனைத்-தையும் செய்தார்.

உண்மையான புரட்சி எது தெரியுமா.. அன்புதான். அன்பு உணர்வுதான் உண்மையான புரட்சிக்கு வித்து. அதுதான் புரட்சியை வழி நடத்தக் கூடிய சக்தி. அன்பு உணர்வு இல்லாத, நேச உணர்வு இல்லாத எந்தப் புரட்சியும் உண்மையானதாக இருக்க முடியாது.

8

விவசாயி காட்டிக்கொடுத்தல்

ஏப்ரல் மாதம் நடுப்பகுதியில், பொலிவிய அரசாங்கம் தன்னை பிடிக்க கடுமையான முயற்சி மேற்கொள்வதை சே குவேரா உணர்ந்தார். இதனால் சற்று விரக்தியடைந்து சே தனது தோழர்களை அனுப்ப முடிவு செய்தார். அர்ஜென்டினா ஓவியர் புரட்சியாளர் சிரோ ராபர்டோ புஸ்டோஸ், பிரெஞ்சு மார்க்சிஸ்ட் ஜூல்ஸ் ரெஜிஸ் டெப்ரே மற்றும் புரட்சியாளர்களுடன் இணைந்திருந்த பிரிட்டிஷ் பத்திரிகையாளர் ஜார்ஜ் ஆண்ட்ரு ரோத் ஆகியோரை முகாமுக்கு வெளியே அனுப்பி மீண்டும் பிடல் காஸ்ட்ரோவுடன் தொடர்பை ஏற்படுத்துவதற்காக முயன்றார். ஆனால் எதிர்பார்த்தபடி இந்த நபர்களால் வெகுதூரம் செல்ல முடியவில்லை, ஏப்ரல் 20 ஆம் தேதி காலை, அவர்கள் ஒரு இராணுவ சோதனைச் சாவடியில் கைது செய்யப்பட்டனர்.

முதலில், அவர்கள் சர்வதேச ஊடகவியலாளர்கள் என்று கூறி தங்கள் அடையாளத்தையும் நோக்கத்தையும் மறைக்க முயன்றனர். பிரிட்டிஷ் நிருபர் ஜார்ஜ் ஆண்ட்ரு ரோத், உண்மையில் அவர் ஒரு பத்திரிகையாளர் என்பதைக் குறிப்பிடும் வகையில், அவரது கூற்றை ஆதரிப்பதற்கான ஆதாரங்களைக் கொண்டிருந்தார். ஆனால் அவர்கள் இதை ஏற்றுக்கொள்ளாமல் அனைவரையும் தாக்குதல் விசாரணைக்கு உட்படுத்தினர். பின்னர் நடந்த விசாரணையில் ரோத் மட்டும், ஒரு பத்திரிக்கையாளர் என்ற நற்சான்றிதழ்களை சரிபார்த்து, இறுதியில் 1967

ஜூலையில் விடுவிக்கப்பட்டார், மற்ற இருவரும் கடுமையான தாக்குதல் விசாரணைக்கு உட்படுத்தப்பட்டனர்.

விசாரணை அதிகாரம் கேப்ரியல் கார்சியா என்ற சிஐஏ செயல்பாட்-டாளரிடம் ஒப்படைக்கப்பட்ட போது விசாரணையின் அழுத்தம் தாங்-காமல் முதலில் டிப்ரே சில தகவல்களை வெளியிடத் தொடங்கினார்; அவர் தனக்குத் தெரிந்த அனைத்தையும் இந்த விசாரணை அதிகாரி-யிடம் தெரிவித்தார். மற்றொரு கைதியான பூஸ்டோஸ் இதைப் பின்பற்றி, தனது கலைத் திறனைப் பயன்படுத்தி, சே மற்றும் பிற போராளிகளின் ஓவியங்களை வரைந்து கொடுத்தார். எதிரிகள் அவர்களை அடையா-ளம் காண்பதை இது மேலும் எளிதாக்கியது.

சே குவேரா நீண்ட காலத்திற்கு முன்னரே அடையாளம் தெரியாத கல்லறையில் புதைக்கப்பட்டதாக நம்பிக் கொண்டிருந்த சிஐஏ உலகிற்கு சே குவேரா இன்னும் உயிருடன் இருக்கிறார் என்ற இந்த செய்தி அதிர்ச்சி அளிப்பதாக இருந்தது. இருப்பினும் டெப்ரே மற்றும் பூஸ்-டோஸ் ஆகியோரின் விசாரணைகளுக்குப் பிறகு, சே உயிருடன் இருப்-பதாகவும், நலமுடன் இருப்பதாகவும் அவர்கள் உறுதியாக நம்பினர்.

அதுமட்டுமல்லாமல், பூஸ்டோஸ் தனது கலை முயற்சிகளைப் பயன்-படுத்தி, மீண்டும் ஒருமுறை, சே குவேரா இருக்கும் இடத்தை சரியாக வழிகாட்டும் வரைபடத்தை வரையவும் விசாரணை அதிகாரிகளால் நிர்-பந்திக்கப்பட்டார். இத்தகைய விரிவான உளவுத்துறை விசாரணைக்கு பிறகு பொலிவிய இராணுவம் இறுதியாக சே குவேராவை நோக்கி நகரத் தொடங்கியது.

ஆகஸ்ட் 6 ஆம் தேதி, அவர்கள் ஒரு இடத்தில் கைவிடப்பட்ட பெரிய ஆயுதங்கள், ஏராளமான துப்பாக்கிகள், மோட்டார்கள் மற்றும் கையெறி குண்டுகளை கண்டுபிடித்தனர். பாஸ்போர்ட்டுகள், பயணப் பதிவுகள், தளவாடத் தகவல், குறியீட்டு புத்தகங்கள் மற்றும் உளவுத்-துறை தரவுகளின் பல முக்கியமான பொருள்கள் முகாம் முழுவதும் சிதறிக்கிடப்பதையும் அவர்கள் கண்டறிந்தனர். அவர்களை நேராக சே குவேராவிடம் அழைத்துச் செல்லும் அளவுக்கு அதிகமான தகவல்களாக அவை இருந்தன.

இவ்வளவு கண்டுபிடிக்கப்பட்டாயினும் கூட, சே குவேராவை நெருங்குவதற்கு அவர்களுக்கு இரண்டு மாதங்கள் ஆகின. ஆம், ஆகஸ்ட் மாத இறுதியில், காட்டில் உணவு பற்றாக்குறை மற்றும் வளங்-

களின் பற்றாக்குறை ஆகியவை சே குவேராவை வேறு பாதைக்கு அழைத்து சென்றது.

புரட்சியில் சேவின் சகாக்களில் ஒருவரும் முன்னாள் கிழக்கு ஜெர்-மானியரான "டானியா" தீவிர மருத்துவ சிகிச்சையின் தேவையில் இருந்தார். அவள் பூச்சிக் கடி, காய்ச்சல் மற்றும் ஒரு காலில் காயம் ஆகியவற்றால் மிகவும் அவதிப்பட்டாள். இது சேவிற்கு ஒரு இருண்ட மற்றும் ஒரு விதக் குழப்பமான காலகட்டமாக இருந்தது.

மேலும் அந்நேரத்தில் தானியா சேயின் குழந்தையை சுமப்பதாகவும் வதந்தி பரவியது. ஆனால் தானியாவின் எஞ்சியிருக்கும் உறவினர்கள் அத்தகைய செய்திகளை கடுமையாக மறுத்தாலும், இருவரும் ஒரு கட்டத்தில் காதலர்கள் என்று பரவலாகக் கருதினர், மேலும் அந்த நேரத்தில் தானியா கர்ப்பமாக இல்லாவிட்டாலும் கூட, சே குவேரா நோய்வாய்ப்பட்ட தோழருக்குத் தேவையான சிகிச்சையைப் பெற்று தர வேண்டும் என நினைத்தார். இந்த அவசர உணர்வில் உணவு மற்றும் மிகவும் தேவையான மருந்தைப் பெறுவதற்காக, சே அருகிலுள்ள கிரா-மத்திற்குச் சென்றார்.

சே குவேரா அங்கு இல்லாத நேரத்தில் பொலிவியன் இராணுவம் டானியா மற்றும் அவருடன் இருந்த மற்ற குழுவை நெருங்கியது. அவர்களை கண்டவுடன், தானியாவும் மற்றவர்களும் ரியோ கிராண்டே ஆற்றின் குறுக்கே வெறித்தனமாக ஓடினர். இந்த சோகமான சூழ்நி-லையில் தான், ஆகஸ்ட் 31, 1967 அன்று, ரியோ கிராண்டே வழி-யாக ஒரு துப்பாக்கி மற்றும் பிஸ்கட் பையுடன் அலைந்து கொண்டிருந்த டானியா, பொலிவிய இராணுவத்தால் சுட்டுக் கொல்லப்பட்டார். தானி-யாவுடன் அவருடன் இருந்த மற்ற எட்டு கிளர்ச்சியாளர்களும் தோட்-டாக்களால் கொல்லப்பட்டனர்.

தானியாவிற்கும் அவரது மற்ற கூட்டாளிகளுக்கும் என்ன நடந்தது என்பது சே குவேராவுக்கு அப்போது உறுதியாக தெரியவில்லை. சில நாட்களுக்குப் பிறகு வானொலியில் அவர்களின் மறைவு பற்றிய அதி-காரப்பூர்வ அறிக்கையை கேட்டபோது, அதை அவரால் ஏற்றுக் கொள்-எமுடியவில்லை.

இந்நிலையில் பொலிவிய இராணுவம், அமெரிக்க சிஐஏ உதவியுடன் சே குவேராவைக் கைப்பற்றுவதற்கான தீவிர முயற்சியில் இறங்கியது. மேலும் சே குவேராவை கட்டி கொடுப்பவருக்கு அற்ப தொகையும்

வழங்குவதாக வானொலியில் ஒரு அறிவிப்பை வெளியிட்டனர்.

இராணுவம் மற்றும் அமெரிக்க சிஐஏவின் தீவிர முயற்சிகளுக்கு கிடைக்காத சே குவேரா இறுதியில் வெறுமனே வெகுமதியைப் பெற விரும்பிய ஒரு உள்ளூர் விவசாயியினால் அக்டோபர் 8 ஆம் தேதி காட்டிக் கொடுக்கப்பட்டார்.

பொலிவியன் முயற்சியின் முடிவில், சே குவேரா தனது நாட்குறிப்-பில் "விவசாயிகள் எங்களுக்கு எந்த உதவியும் செய்யவில்லை, மேலும் அவர்கள் தகவல் கொடுப்பவர்களாக மாறினார்கள்" என்று எழுதியிருந்-தார்.

நான் சாகடிக்கப்படலாம் ஆனால் ஒருபோதும்
தோற்கடிக்கப்படமாட்டேன்.

9

இறுதி போராட்டம்

பல மாதத் தேடலுக்குப் பிறகு, 1967-ஆம் ஆண்டு அக்டோபர் 8-ஆம் தேதி, சுமார் 1800 வீரர்கள் அமெரிக்க சிஐஏ உதவியுடன் ஒரு விவசாயி கொடுத்த தகவலின் அடிப்படையில் பொலிவியாவில் உள்ள எல் சுரோ கேன்யன் என்ற இடத்தில் சே குவேராவை தேடி முகாமிட்டனர். அவர்கள் நினைத்தது போல அதிக நேரம் அவர்கள் காத்திருக்கவில்லை, துப்பாக்கி குண்டுகளுக்கு இடையில் சே குவேராவும் அவரது ஆட்களும் தென்பட்டனர்.

சே மற்றும் அவரது ஆட்கள் தாங்கள் சுற்றி வளைக்கப்பட்டதை உணர்ந்தனர், மேலும் அவர்களிடம் இருந்த ஒரே வாய்ப்பு ஒரு ஆக்ரோஷமான முறையில் எதிரிகளைத் தாக்கி எல்லைகளை மறுபுறம் உடைத்து கடக்க முயற்சிப்பது மட்டுமே.

சேவின் ஆட்கள் எவ்வளவு மூர்க்கமாக துப்பாக்கியால் சுட்டும் கூட பள்ளத்தாக்கிலிருந்து வெளியே வரும் ஒவ்வொரு முயற்சியும் முறியடிக்கப்பட்டது. கிளர்ச்சியாளர்களின் துப்பாக்கிச் சூடு நிறுத்தப்பட்ட பின்னர், பொலிவியன் இராணுவம் இரண்டு கொரில்லா போராளிகள் தங்கள் திசையில் நடப்பதைக் கண்டனர். தங்கள் தோல்வியை ஒப்புக்கொண்டு, தங்கள் ஆயுதங்களை தாழ்த்தும்படி கட்டளையிடப்பட்ட பிறகு, இருவரும் வெறுப்புடன் இணங்கினர்.

பொலிவியன் தளபதி பின்னர் அந்த நபர்களை அணுகி, "நீங்கள் யார்?" என்று கேட்டார். அவர்களில் ஒருவர் மட்டும் பதிலளித்தார், அடர்ந்த தாடியுடன், துளைத்த கண்களுடன், "நான் சே குவேரா" என்று

எளிமையாக அவர்களிடம் கூறினார்.

இந்த சண்டையில் சே குவேரா காலில் துப்பாக்கிச் சூட்டு காயம் ஏற்பட்டிருந்தது. எனினும் சே இன்னும் நடக்க முடியும் என்பதைத் தீர்மானித்த பிறகு, தளபதி இரண்டு பிடிபட்ட புரட்சியாளர்களையும் கட்டிப்போட்டு காவலில் வைத்தார். சூரியன் அடிவானத்தில் மூழ்கத் தொடங்கும் நேரத்தில், சேவின் எஞ்சிய புரட்சியாளர்களும் தோற்கடிக்-கப்பட்டனர். சே குவேராவின் கனவுகள் மூழ்கடிக்கப்பட்டதை உணர்ந்-தார்.

சே பின்னர் அருகிலுள்ள கிராமமான லா ஹிகுவேரா என்ற தெரு வழியாக கிராமத்தின் பள்ளிக்கூடமாக முன்பு இருந்த கட்டிடத்திற்கு அழைத்துச் செல்லப்பட்டார். சே தப்பிக்க முயன்றால் சுட்டுக் கொல்லும் கட்டளையுடன் கட்டிடத்திற்கு வெளியே காவலர்கள் நிறுத்தப்பட்டனர்.

பொலிவியன் கமாண்டர்கள் கேரி பிராடோ சாலமன் மற்றும் மிகுல் அயோரோவா மொன்டானோ ஆகியோரால் சே விசாரிக்கப்பட்டார், மிகுல் அவரிடம், "எத்தனை பேர் இன்னும் போருக்கு இருக்கிறார்கள்?" என்று சேவிடம் கேட்க, சே, "எனக்குத் தெரியாது" என்று திட்டவட்ட-மாக கூறினார்.

இந்த முதல் சுற்று விசாரணையின் போது, நாளை கொல்லப்படு-வோம் என்று அறிந்திருந்த சேவின் பதில்களில் கோபம் தென்பட்டாலும், வெளித்தோற்றத்தில் அவர் சிறிதும் கவலை கொள்ளாமல் இருந்தார்.

10

சே குவேரா மறைவு

1967ஆம் ஆண்டு அக்டோபர் 9ஆம் தேதி காலை சே குவேராவை கொல்ல உத்தரவு வந்தது. அந்த உத்தரவு வந்தபோது, அதை யார் நிறைவேற்றுவது என்ற தயக்கம் இருந்தது. பொலிவிய வீரர்கள் சே குவேராவை கொல்லும் பணியை ஏன் கடினமான ஒன்றாகக் கண்டார்-கள் என்பதற்கு பல காரணங்கள் உண்டு.

பெரும்பாலான பொலிவிய மக்கள் சே குவேராவை தங்கள் ஆதர-வாளராக நினைக்கவில்லை. அவர்கள் அவரை ஒரு வெளிநாட்டு படையெடுப்பாளர் எனவும் தங்கள் நாட்டை அழிக்க முயற்சி செய்பவர் எனவும் நினைத்தனர். யார் சே குவேராவை கொல்வது என குழம்பிக் கொண்டிருந்த பொலிவியன் இராணுவத்தினர் இறுதியில் மரியோ டெரான் என்பவரை தேர்ந்தெடுத்தனர்.

மேலும் சே குவேராவை சுடும் போது கழுத்திற்கு கீழே சுடுமாறு பொலிவியர்கள் குறிப்பாக அறிவுறுத்தப்பட்டனர். இதன் பொருள், தலையில் துப்பாக்கிச் சுட்டுக் காயத்தால் உடனடியாக இறப்பதற்குப் பதிலாக, சே அவரது உடலில் பலமுறை தாக்கப்பட்டு, தரையில் இரத்-தம் கசிந்து இறக்க வேண்டும் என்பதாகும்.

இறக்கும் தருவாயிலும் பொலிவிய ராணுவ வீரர்களிடம், சே குவேரா இது என்ன இடம், பள்ளிக்கூடமா? ஏன் இப்படி இருக்கிறது என பொலிவிய நாட்டின் நிலையை எண்ணி வருத்தம் தெரிவித்தார். பின்-னாளில் அங்கு இருந்தவர்கள் சே குவேரா இறப்பதை பற்றி அந்த நேரத்திலும் கவலை கொள்ளவில்லை என்றும், மேலும் அவர் கம்பிர-

மாக தங்களுக்கு காட்சி அளித்தார் எனவும் தெரிவித்தனர்.

சே குவேராவை சுட்டுக்கொல்ல மரியோ டெரோன் பள்ளி அறைக்குள் நுழைந்தார், நடுக்கத்துடன் அங்கு வந்த அவர் சே குவேராவை பார்த்து மெய்சிலிர்த்தார். சே குவேராவை சுட்டுக்கொன்ற மரியோ டெரோன், அந்நாளில் நடந்த வரலாற்றின் இந்த மோசமான நிகழ்வை பின்வருமாறு நினைவுகூர்ந்தார்,

"சிறைப்பிடிக்கப்பட்ட சேகுவேரா, லா ஹிகுவேரா பகுதியில் பாழடைந்த பள்ளிக்கு அழைத்து வரப்பட்டார். அது என் வாழ்வின் மிக மோசமான தருணம். அந்த நேரத்தில் சே பிரம்மாண்டமாக தோற்றமளித்தார். அவரது கண்கள் மிகவும் பிரகாசமாக இருந்தன. சே குவேராவின் பார்வை என் மீது விழும்போது எனக்கு மயக்கம் ஏற்பட்டது. ஒரே ஒரு விரைவான கண் அசைவால் சே என்னை நிராயுதபாணியாக்க முடியும் என்பதை நான் அப்போது உணர்ந்தேன். சே குவேரா என்னை நோக்கி அமைதியாக இருங்கள், என்னை நன்றாகப் பாருங்கள். `நடுங்காதே. சரியாகக் குறிபார்த்து சுடு. ஒரு மனிதனைத் தானே கொல்லப்போகிறாய்? என்றார். அதனைத் தொடர்ந்து நான் அந்த அறையின் வாசல் பக்கம் சென்றேன். கண்களை மூடிக் கொண்டு சே குவேராவை நோக்கி துப்பாக்கியால் சுட்டேன்" என்று தெரிவித்தார்.

ஏகாதிபத்திய எதிர்ப்பின் சின்னமாக உலகெங்கிலும் அறியப்பட்ட சே குவேரா 39 வயதில் மரணித்தார். தனக்கு இப்படி ஒரு முடிவு இருக்கும் என்று சே நினைத்துக்கூட பார்த்திருக்கமாட்டார்.

பள்ளிக்கூடத்தில் சுட்டுக் கொல்லப்பட்ட பிறகு, சேவின் உடல் போர்வையால் போர்த்தப்பட்டு வாலெகிராண்டே நகருக்குக் கொண்டு செல்லப்பட்டது, அங்கு அவரது இறந்த உடல் எம்பாமிங் செய்யப்பட்டது. இந்த நேரத்தில், உள்ளூர் கிராமவாசிகள் பலர் சே குவேராவை பற்றிய செய்தியை அறிந்து அவரது உடல் வைக்கப்பட்டிருந்த இடத்திற்கு வெளியே கூடத் தொடங்கினர். கிராம மக்கள் தாங்கள் நீண்ட காலமாக பயத்துடன் கிசுகிசுத்துக் கொண்டிருந்த புரட்சி வீரன் இப்போது இல்லை என்பதைத் தாங்களே உறுதிசெய்ய சேவின் சடலத்தை அணுக அனுமதிக்கப்பட்டனர்.

சே குவேரா போரில் இறந்ததாக பொலிவிய அதிகாரிகள் உலகிற்கு தெரியப்படுத்தினர். ஆனால் அவர்களுக்கு அப்போது இருந்த மற்றொரு கவலை இறந்த சே குவேரா உடலை என்ன செய்வது என்பதுதான்.

சே குவேரா உடலை முறையாக புதைத்தால், அவரது கல்லறை சன்னதியாக மாறும், பின்னாளில் அவரைப் பின்பற்றுபவர்கள் அவரை ஒரு தியாகியைப் போல வணங்குவார்கள் என்று சம்பந்தப்பட்ட பல்வேறு அதிகாரிகளிடையே பரவலான அச்சம் இருந்தது.

சே குவேராவுக்கு இந்த அந்தஸ்தை கொடுக்க கூடாது என்ற எண்ணத்தில், போதுமான அளவு இருட்டடிப்புகளுடன் அவரது நினைவையும் புதைத்துவிடலாம் என்ற நம்பிக்கையில், அவரை அடையாளம் தெரியாத இடத்தில் புதைக்க திட்டம் தீட்டப்பட்டது. சே குவேராவின் இறுதி இளைப்பாறும் இடம் அண்டை கிராமமான வல்லேகிராண்டே விமான நிலையத்தின் ஓடுபாதைக்கு அருகில் உள்ள அடையாளம் தெரியாத கல்லறையில் இருக்கும் என்று தீர்மானிக்கப்பட்டது.

ஃபிடல் காஸ்ட்ரோவும் மற்றவர்களும் சே உண்மையில் இறந்துவிட்டார் என்பதை மறுக்க முயல்வார்கள் என்ற அச்சத்தின் காரணமாக, சேவின் மறைவைக் கேள்விக்குட்படுத்த யாராவது முடிவு செய்தால், அவர்களுக்கு சுட்டிக்காட்ட உறுதியான ஆதாரம் தேவைப்பட்டது.

சேவின் கைரேகைகளின் தொகுப்பை வைத்திருப்பதும், தேவைப்பட்டால் அந்த அச்சுகளுடன் தங்களிடம் உள்ள சடலத்தை சரிபார்க்கும் வழிமுறையுமே தங்களிடம் இருக்கக்கூடிய சிறந்த ஆதாரம் என்று அவர்கள் தீர்மானித்தனர். இந்த உந்துதல்தான் சேவின் கைகளை வெட்டி அவரது உடலை அவமதிக்க வழிவகுத்தது.

இறுதியில் ஏகாதிபத்தியத்திற்கு எதிராக போராடிய மாபெரும் புரட்சியாளனான சே குவேரா உடல் கைகள் வெட்டப்பட்ட நிலையில் புதைக்கப்பட்டது.

தீர்க்கதரிசி

1997 ஆம் ஆண்டு அக்டோபர் 17 ஆம் தேதி சே குவேரா மறைந்து ஏறக்குறைய முப்பது ஆண்டுகளுக்குப் பிறகு, அவரது உடல் தோண்டப்பட்டு, அவரது கவுரவ இல்லமான கியூபாவில் உள்ள சாண்டா கிளாராவிற்கு கொண்டுவரப்-பட்டது.ஏனென்றால், சே பிறப்பால் அர்ஜென்டினா நாட்ட-வராக இருந்தாலும், கியூபாவை தவிர வேறு எந்த நாடும் அவரைத் தங்களுக்குச் சொந்தமானவர் என்று கூறமுடியாது.

சே குவேராவின் எச்சங்கள் ஒரு வெகுஜன புதைகுழி-யில் இருந்து தோண்டி எடுக்கப்பட்டு 1997 இல் கியூபா-வின் சாண்டா கிளாராவில் புதைக்கப்பட்ட போது, பிடல் காஸ்ட்ரோ, சே குவேராவை "தீர்க்கதரிசி" என்று அழைத்-தார் மற்றும் அவரது மறைந்த நண்பருக்கு அனுப்பிய செய்-தியில், கியூபா இன்னும் சோசியலிசத்தின் கொடிகளைப் பற்-றிக்கொண்டு பறக்கிறது என்று கூறினார்.

கென்னடி மற்றும் பிஃஸ் விரிகுடாவில் தொடங்கிய பல தசாப்த கால மௌனத்தை அமெரிக்க ஜனாதிபதி பராக் ஒபாமா உடைத்ததன் மூலம், ஒரு புதிய உரையாடல் தொடங்கப்பட்டது, மேலும் பல தசாப்தங்களாக கியூபா மீது விதிக்கப்பட்டிருந்த பொருளாதார தடையும் விலகத் தொடங்-கியது.

கியூபாவின் வெற்றிகள் அல்லது தோல்விகள் பற்றிய உங்கள் பார்வை என்னவாக இருந்தாலும், ஒரே ஒரு நபரின் நேர்மை பொதுவாக கேள்விக்கு இடமில்லாமல் இருக்கும். ஆம், சே குவேராவைப் பற்றி வேறு எதுவும் சிறப்பாகச் சொல்ல முடியாவிட்டாலும், அவரது சொந்த இலட்சியங்கள் மற்றும் நம்பிக்கை என்று வரும்போது, சே குவேரா சமரசம் செய்யாத மன உறுதியைக் கொண்டவர் என்பதை அவரின் எதிர்ப்பாளர்கள் கூட ஒப்புக் கொள்வார்கள்.

அவரது சொந்த சித்தாந்தத்தின் மீது அவர் வைத்திருந்த நம்பிக்கை அவரை அடிக்கடி தனது சொந்த கூட்டாளிக-

ளுடனே முரண்பட வைத்தது. வர்த்தகத்தில் சலுகைகளைப் பெறுவதற்காக பிடல் காஸ்ட்ரோ சோவியத்துடன் கைகை-கோர்க்க தயாராக இருந்தபோது, சே குவேரா ஒரு அங்கு-லம் கூட நகர மறுத்தார். தன்னுடைய ஆழ்ந்த நம்பிக்கைக-ளில் இருந்து சிறிதளவு கூட சமரசம் செய்து கொள்ளாதவர் சே குவேரா.

இந்த உறுதியான பின்பற்றுதலே ஃபிடல் மற்றும் அவரது சமகாலத்தவர்கள் பலர் சே குவேராவை ஒரு இலட்சியவாதி என்றும் மேலும் அவரது இலட்சியவாதம் மிக பிரகாசமாக எரியும் நெருப்பு என்றும் கூற காரணமாக இருந்தது.

அதே நேரத்தில் வெளிநாட்டு மண்ணில் புரட்சியைத் தூண்டத் தொடங்கி, உடைந்த வாக்குறுதிகள் மற்றும் அரசி-யல் சூழ்ச்சிகள் நிறைந்த உலகில், இறுதிவரை, சமரசம் செய்யாத சே குவேரா, மக்களின் சாம்பியனாகவும் தோழனாகவும், தனது துப்பாக்கிகளை பற்றிக்கொண்டு ஏகா-திபத்தியத்திற்கு எதிரான புரட்சியிலேயே வாழ்ந்தார். சே குவேராவின் ஆன்மாவும் புரட்சியும் என்றும் இவ்வுலகில் தொடர்ந்து நிலைத்திருக்கும்.

ஒவ்வொரு புரட்சியும் ஒரு நாள் அடங்கும். ஒவ்வொரு போராட்டமும் ஒரு நாள் முடியும். ஆனால் புரட்சியாளர்க-ளுக்கும், போராளிகளுக்கும் முடிவே கிடையாது. ஒவ்வொ-ருவரின் மனதிலும் வாழ்கிறார்கள் புரட்சியாளர்கள். அக்-காலத்திலும் சரி, இக்காலத்திலும் சரி ஒவ்வொரு காலகட்-டத்திலும் புரட்சியாளர்கள் வைக்கும் முதல் வணக்கம் சே குவேராவுக்குத்தான்.

உலகில் புரட்சி எனும் வார்த்தை மனதில் தோன்றும் போதெல்லாம் கூடவே நினைவில் தோன்றும் மனிதராக சே குவேரா என்றும் நிலைத்திருப்பார்.

புரட்சியாளரான சே குவேரா பிடிபட்டு கொல்லப்பட்ட 50வது ஆண்டு நினைவு தினம் கியூபாவில் அனுசரிக்கப்-பட்டது. இந்த நிகழ்வில் கியூபா அதிபர் ராவுல் காஸ்ட்ரோ மற்றும் பல பள்ளிக் குழந்தைகள் கலந்து கொண்டனர். அவரது கல்லறையில் ஒரு வெள்ளை ரோஜாவை ரவுல் காஸ்ட்ரோ வைத்து அஞ்சலி செலுத்தினார். இன்றும் கூட அந்த புரட்சித் தலைவனின் உணர்வோடு உலவும் மனங்கள் கோடானு கோடியாக உள்ளன.

www.ingramcontent.com/pod-product-compliance
Lightning Source LLC
Chambersburg PA
CBHW021136130726
47988CB00003B/1326